விஞ்ஞ

விஞ்ஞானிகள்

ஸ்ரீதேவி கண்ணன்

கமர்கட் பிரசுரம்

Title: Vigyanigal
Author's Name: Sridevi Kannan

Published by Kamarkat Prachuram

Kamarkat Prachuram
(An imprint of Zero Degree Publishing)
No.75 & 76, I Floor, Kuppusamy Street,
Balaji Nagar, Padi,
Chennai - 600050

Website: www.zerodegreepublishing.com
E Mail id: zerodegreepublishing@gmail.com
Phone : 89250 61999

Kamarkat Prachuram First Edition: April 2026
ISBN:978-93-47206-71-9
TITLE No. Kamarkat:35

Rs. 110/-

Cover Design & Layout: Vijayan, Creative Studio
Printed at Rathna Offset, Chennai, India

சமர்ப்பணம்

மாணவர்களுக்கு...

பொருளடக்கம்

முன்னுரை

இப்புத்தகத்தில் 28 விஞ்ஞானிகள் உள்ளனர். அனைவரும் இந்து தமிழ்திசை இதழின் மாயா பஜார் பகுதியில் ஆன்லைன் தொடராக வந்தவர்கள். மாணவர்களின் வசதிக்காகச் சிறிய கட்டுரைகளாக எழுதப்பட்டுள்ளன. விஞ்ஞானிகளின் வாழ்வில் நடந்த முக்கிய சம்பவங்கள் மட்டுமே தொகுக்கப்பட்டுள்ளன. பல விஞ்ஞானிகளின் அறியாத முகங்கள் பேசப்பட்டுள்ளன. அவர்கள் ஒவ்வொரு கண்டுபிடிப்பிற்கும் பட்ட கஷ்டங்களை அறிந்துகொள்ளலாம். வாசிப்பவர்களுக்கு நம்பிக்கை ஊட்டும் வகையில் அமையும் புத்தகம் இது.

கட்டுரைகள் உருவாகக் காரணமான சுஜாதா மேடத்திற்கும், வெளியிட்டு உதவிய இந்து தமிழ் திசை நாளிதழுக்கும் மனமார்ந்த நன்றி.

ஸ்ரீதேவி கண்ணன்

writersrika@gmail.com

கலீலியோ கலிலி – 1

ஆர்வமும் உழைப்பும் இருந்தால் விஞ்ஞானி ஆகலாம். கலீலியோ கலிலி மருத்துவம் படிக்கச் சேர்ந்தார். ஆனால், கணிதத்தைப் படித்தார். பின்னர் உலகம் போற்றும் விஞ்ஞானியாக உருவானார்.

இத்தாலியில் பிறந்தார். பத்து வயதுவரை பைசா நகரத்தில் வளர்ந்தார். வீட்டிலிருந்தே படித்தார். ஃபிளாரன்ஸ் நகரத்திற்குக் குடிபெயர்ந்ததும் பள்ளியில் சேர்த்தனர். மத போதகர் ஆகலாம் என நினைத்தார்.

ஆனால், தந்தை மகனை மருத்துவராக்கும் கனவில் இருந்தார். மீண்டும் பைசாவிற்கே திரும்பி பல்கலைக்கழகத்தில் மருத்துவம் சேர்த்தார். கல்லூரியில் எந்தத் துறையைப் படித்தாலும் அரிஸ்டாட்டிலைப் படிக்க வேண்டும். கலீலியோ அரிஸ்டாட்டிலை விரும்பிப் படித்தார். ஆனால், அப்படியே ஏற்றுக்கொள்ளாமல்

கேள்விகளை எழுப்பினார். பதில் கிடைக்கவில்லை. தந்தையின் விருப்பத்தால் மருத்துவத்தையும் கைவிடவும் முடியவில்லை. பரிட்சையில் தோல்வியடைந்தார்.

ரிச்சி என்கிற கணித மேதையின் வகுப்பை மறைந்திருந்து கேட்டார் கலீலியோ. மருத்துவ மாணவர் தன் வகுப்பைக் கவனிக்கிறாரே என வகுப்பிற்குள் அனுமதித்தார் ரிச்சி. கணிதத்தில் தேர்ச்சிகொள்ள வைத்தார்.

கணித ஆய்வுக் கட்டுரைகளை வெளியிட்டார் கலீலியோ. தன் கல்லூரியிலேயே கணிதப் பேராசிரியரானார். மீண்டும் அரிஸ்டாட்டிலின் கருத்துகளை எதிர்த்துப் பேசினார். வேலையிலிருந்து வெளியேற்றப்பட்டார்.

பிறகு படுவா பல்கலைக்கழகத்தில் கணிதப் பேராசிரியரானார். அங்கு பணியாற்றிக்கொண்டே தன் பழைய ஆராய்ச்சியைத் தொடர்ந்தார். ஒருமுறை தேவாலயத்துக்குச் சென்றபோது, மேலே தொங்கிய விளக்கின் அசைவை கவனித்தார். காற்று அதிகமானால் வேகமாக ஆடியது. காற்று குறைந்தால் மெதுவாக ஆடியது. வேகமாக ஆடும்போது எவ்வளவு நேரமாகிறது என்பதைக் கணக்கிட்டார். மெதுவாக ஆடும்போதும் அதே நேரம்தான் ஆனது. ஊசலின் அலைவுநேரம் கயிறின் நீளத்தைப் பொறுத்தது என்று கண்டறிந்தார்.

ஒன்றில் இரும்பையும் மற்றொன்றில் தக்கையையும் கட்டி ஆட்டிவிட்டார். அதிக எடையுள்ள இரும்பும் எடைகுறைந்த தக்கையும் ஒரே நேரத்தில் ஊசலாடின. நேரம் ஒன்றுதான். உயரம் குறையக் குறைய வேகம் கூடும். கயிற்றின் நீளத்தை மாற்றினால் தவிர, வேகத்தில் மாற்றமிருக்காது என்று ஆய்வுக் கட்டுரையை வெளியிட்டார். இப்படிக் கண்டுபிடிக்கப்பட்ட பெண்டுலம்தான் கடிகாரம் உருவாகக் காரணம்.

பைசா கோபுரத்திலிருந்து இரும்பையும் இறகையும் போட்டார். இரண்டும் ஒரே நேரத்தில்தான் பூமியை வந்தடையும் என்று நிரூபித்தார். அடுத்து லென்ஸ் பக்கம் கவனத்தைத் திருப்பினார். ஹாலந்தில் கண்டுபிடிக்கப்பட்ட அந்த லென்ஸ் ஒரு பொருளை மூன்று மடங்கு பெரிதாகக் காட்டியது. கலிலீயோ அதில் சில மாற்றங்களைச் செய்து ஒன்பது மடங்கு, இருபது மடங்கு பெரிதாகக் காட்டினார். அதன்வழியே பலரும் கப்பலையும்

தேவாலயத்தையும் பார்த்தனர். கலீலியோ தன் லென்ஸைத் தொலைநோக்கியில் வைத்து வானை ஆராய்ந்தார்.

நிலவைச் சுற்றி இருக்கும் மேடு பள்ளங்கள், வியாழனைச் சுற்றி இருக்கும் சந்திரன்களைக் கண்டறிந்தார். கோப்பர் நிக்கஸ், 'சூரியன்தான் மையம். அதைத்தான் மற்ற கோள்கள் சுற்றுகின்றன' என்றார். திருச்சபை அரிஸ்டாட்டிலை நம்பியதால் கோப்பர் நிக்கஸின் புத்தகத்தைத் தடைசெய்திருந்தது. ஆனால், கலீலியோ கோப்பர் நிக்கஸின் கண்டுபிடிப்பு உண்மை என்று உரக்கப் பேசினார். தேவாலயத்தின் கண்டனத்தைப் பெற்றார்.

சூரியனை மையமாக வைத்து மற்ற கோள்கள் சுற்றுவதை, கலீலியோ புத்தகமாக எழுதி வெளியிட்டார். அதற்காக வீட்டுச் சிறையில் அடைக்கப்பட்டார். மீண்டும் ஓர் ஆய்வுக் கட்டுரை எழுதி ஹாலந்தில் பிரசுரிக்க வைத்தார். அந்தப் புரட்சிகர கட்டுரையால் தேவாலயம் இன்னும் கோபமானது. பத்தாண்டுகள் வீட்டுச் சிறையிலிருந்தே மறைந்தார்.

சார்லஸ் டார்வின் – 2

எதைப் பார்க்கிறோமோ அதன் உண்மையை ஆராய வேண்டும். புரியவில்லை என்றால் அதை இன்னும் நெருக்கமாகச் சென்று ஆராய்வதற்குத் தேவையான பொறுமை வேண்டும். கண்டறிந்ததைத் தயக்கமின்றி வெளியே சொல்லும் துணிவு வேண்டும். இவை மூன்றும் இருந்தால் போதும், நாம் என்னவாக நினைக்கிறோமோ அதை அடைய முடியும். இங்கிலாந்தில் பிறந்த சார்லஸ் டார்வின் குரங்கிலிருந்து மனிதன் தோன்றியிருக்க வேண்டும் என்கிற புரட்சிகரமான கருத்தை முன்வைத்தார். அது மத நம்பிக்கையின் ஆணிவேரையே அசைக்கும் என்று தெரியும். ஆனால், தாம் உண்மை என்று நம்பியதைத் தயக்கமின்றியும் பயமின்றியும் வெளியே சொன்னார்.

சேர்ந்தது மருத்துவம். படித்தது இறையியல். ஆனது விஞ்ஞானி. உயிரினங்களின் தோற்றம் அதன் வளர்ச்சி பற்றிய அறிவை

அனைத்து மக்களுக்கும் புகட்டியவர். அதனால்தான் பரிணாம வளர்ச்சியின் தந்தையாகக் கருதப்படுகிறார் டார்வின்.

டார்வினின் தாத்தாவும் தந்தையும் மருத்துவர்கள். அதனால் மகனையும் மருத்துவம் படிக்கவைக்க நினைத்தார் தந்தை. எடின்பர்க் பல்கலைக்கழகத்தில் சேர்த்தார். சிறுவயதிலிருந்தே மருத்துவம் செய்வதைப் பார்த்து வளர்ந்தவர். மயக்க மருந்து கண்டுபிடிக்காத காலமது. ஒரு சிறுமிக்கு வலியால் துடிக்கத் துடிக்க அறுவைச் சிகிச்சை நடப்பதைப் பார்த்தார். அன்றிலிருந்து அவருக்கு மருத்துவத்தில் ஈடுபாடு இல்லாமல் போனது.

ஆனால் புழு, பூச்சிகள், விலங்கினங்கள் மீது ஆர்வம் கொண்டிருந்தார். எனவே கல்லூரியில் சேர்த்தாலும் கடற்கரையைச் சுற்றிக்கொண்டிருந்தார். அங்கு காணப்படும் விசித்திர உயிரினங்கள், கற்களைச் சேகரித்தார்.

மகன் ஊர் சுற்றுவதாக நினைத்த தந்தை மருத்துவத்தைக் கைவிட்டு, கேம்பிரிட்ஜில் இறையியல் சேர்த்துவிட்டார். படிப்பது இறையியலாக இருந்தாலும் தாவரவியல் பேராசிரியரோடு நெருங்கிய நட்புகொண்டார்.

தென் அமெரிக்கக் கடலோரப் பகுதிகளை ஆய்வு செய்ய ஒரு கப்பல் புறப்படத் தயாரானது. எச்.எம்.எஸ்.பீகிள் என்பது அக் கப்பலின் பெயர். அதன் கேப்டன் ஃபிட்ஸ்ராய் தாவரவியல் பேராசிரியரின் நெருங்கிய நண்பர். எனவே அவரைப் பயணத்திற்கு அழைத்தார். அவரோ டார்வின்தான் பொருத்தமானவர் என்று இவரைக் கைகாட்டிவிட்டார்.

இறையியல் பட்டம் பெற்றதும் தன் பயணத்தைத் தொடங்கினார். ஐந்து ஆண்டுகளுக்கு உலகைச் சுற்றும் மிகப் பெரிய பயணத் திட்டம் அது. அந்தக் கப்பலில் கேப்டனும் டார்வினும் மட்டுமே இருந்தனர். உலகையே வலம்வந்தார்கள். பல இடர்ப்பாடுகள், துயரங்கள் ஏற்பட்டன. இருந்தும் இயற்கையின் மீதான ஈடுபாடு, எல்லாவற்றையும் தெரிந்துகொள்ளும் ஆர்வம், எதற்கும் விடைகாண வேண்டும் என்கிற பொறுமை இருந்ததால் துயரைப் பொருட்படுத்தவில்லை.

சென்ற இடத்தை எல்லாம் கூர்ந்து ஆராய்ந்தார். அறிந்திராத பல விநோத விலங்குகளின் எலும்புகளைச் சேகரித்தார். அதில் ஊர்வன,

நடப்பன, பறப்பன போன்ற உயிரினங்களும் இருந்தன. தினசரி பார்ப்பவற்றையும், கண்டறிந்தவற்றையும் எழுத ஆரம்பித்தார். ஒவ்வோர் இடத்திலும் கிடைத்த உயிரினங்கள் மாறுபட்டிருந்தன. ஆனால் அவற்றிற்குள் சில ஒற்றுமைகள் இருந்தன. தன் ஆராய்ச்சிக் கண்ணை அகல விரித்துப் பார்த்தார் டார்வின். உயிரினங்கள் அனைத்திற்கும் பொதுவானதொரு முன் உயிரி இருந்திருக்கும். இவை அவற்றின் வழித்தோன்றலாக இருக்கும். காலப்போக்கில் தொடர்ச்சியாகச் சிறுசிறு மாற்றங்களாகப் பெற்றுத் தற்போதைய வளர்ச்சியை அடைந்திருக்கும் எனப் பகுத்தறிந்தார்.

கலாபகஸ் தீவில்தான் அரியவகை உயிரினங்கள் வாழ்ந்தன. அங்குதான் தன் ஆராய்ச்சியின் பெரும்பகுதியைச் செலவிட்டார் டார்வின். புதிய வகையான தாவரங்கள், விலங்குகள், பறவைகள் இருப்பதைக் கண்டுபிடித்தார். ஐந்தாண்டுகள் முடிந்து இங்கிலாந்து திரும்பினார். சேகரித்த விவரங்களையும் தன் ஆராய்ச்சி முடிவையும் வைத்து, 'பீகிள் பயணமும் அதன் அனுபவங்களும்' என்று புத்தகம் எழுதினார்.

மேலும் ஆராய்ச்சியைத் தொடர்ந்தார். உயிரினங்கள் எப்படி உருவாகி இருக்கும்? பிறகு அவை எப்படித் தங்கள் மூலத்திலிருந்து மாறி தற்போதைய நிலையை அடைந்திருக்கும்? என்பதை எல்லாம், 'இயற்கையில் உயிரினங்களின் தோற்றம்' என்ற பெயரில் புத்தகமாக எழுதி வெளியிட்டார். உலகமே திரும்பிப் பார்த்தது. அத்தனை நாடுகளும் அதைப் பதிப்பித்துக்கொண்டன.

உயிரினங்களின் வாழ்க்கைப் போராட்டத்தில் தகுதியும் வலிமையும் வாய்ந்தவை நிலைத்து நிற்கும். மற்றவை அழிந்துபோகும் என்றார். இவ் வாக்கியத்திற்குச் செடிகொடிகள், விலங்குகள் மட்டுமல்ல, மனிதனும் பொருந்துவான் என்று பொருத்திப் பார்த்தபோதுதான் குரங்கிலிருந்து மனிதன் பிறந்தான்.

இணையற்ற விஞ்ஞானி ஐன்ஸ்டைன் – 3

ஐன்ஸ்டைனின் அறிவைக் கண்டு வியந்த உலகம், அவர் மறைந்த பிறகு அவருடைய மூளையை வைத்து ஆராய்ச்சி செய்தது. அந்த அளவுக்கு ஐன்ஸ்டைனின் அறிவு அறிவியலுக்கு மகத்தான பங்களிப்பை அளித்திருக்கிறது.

ஆனால், ஐன்ஸ்டைன் பள்ளியில் படிக்கும்வரை சாதாரண மாணவராகத்தான் இருந்தார். ஆனால், அவரிடம் ஒரு வித்தியாசமான பழக்கம் இருந்தது. வார்த்தைகளாகப் படித்து மனப்பாடம் செய்ய மாட்டார். காட்சிகளாக, படங்களாக மனத்தில் ஓட்டிப் பார்ப்பார். நேரம் கிடைக்கும்போது அதைப் பற்றிச் சிந்திப்பார்.

ஐன்ஸ்டைனின் அப்பா பொறியாளர் என்பதால், மகனையும் பொறியாளராக்க நினைத்தார். அதற்காக பாலிடெக்னிக் இயற்பியல் படிப்பில் சேர்த்துவிட்டார். இயற்பியல், கணிதம் மீது ஐன்ஸ்டைனுக்கு அதிக ஈடுபாடு இருந்தது. எனவே பிரபஞ்சத்தின் மர்மத்தைக் கண்டுபிடிக்கும் முயற்சியில் இறங்கினார். கல்லூரி

மரத்தடியில் அமர்ந்து எப்போதும் எதைப் பற்றியாவது சிந்தித்தார். படிப்பை முடித்ததும் காப்பீட்டு அலுவலகத்தில் வேலை கிடைத்தது. அதுதான் அவருடைய அறிவியல் ஆராய்ச்சிக்குத் தீனிபோட்டது.

அறிஞர்கள் தங்கள் கண்டுபிடிப்புகளுக்குக் காப்புரிமை பெற விண்ணப்பங்கள் அனுப்பிக்கொண்டிருந்தார்கள். தினமும் வந்து குவியும் விண்ணப்பங்களைக் கவனமுடன் பரிசீலித்து, தகுதியானவற்றைத் தேர்ந்தெடுத்தார் ஐன்ஸ்டைன்.

வேலையின் நடுவே பிரபஞ்ச ரகசியத்தைக் கண்டுபிடிக்கும் ஆய்வாளர் ஆகிவிடுவார். இப்படி ஆராய்ச்சியில் ஈடுபட்டு, ஒரே நேரத்தில் நான்கு முக்கிய ஆய்வுகளை வெளியிட்டார். அதுவரை பேரண்டம் பற்றி வெளிவந்த அனைத்தையும் பொய்யாக்கியது ஐன்ஸ்டைனுடைய ஆராய்ச்சி.

ஒளிமின் விளைவு அறிவியல் உலகை ஆட்டுவிக்கும் குவாண்டம் இயற்பியலுக்கு அடித்தளமிட்டது. *E=mc2* மூலம் மிகச் சிறிய துகள்களால்கூட மிகப் பெரிய அளவுக்கு ஆற்றலை வெளியிட முடியும் என்பதை உணர்த்தினார்.

காலமும் வெளியும் ஒன்றோடு மற்றொன்று தொடர்புடையது. பார்வையாளரின் திசை வேகத்தைப் பொறுத்தே காலமும் வெளியும் சுருங்கியோ விரிந்தோ இருக்கும். வெளியும் காலமும் ஒன்றாகவே கணக்கில் எடுத்துக்கொள்ள வேண்டும். ஒன்றைப் பொறுத்து மற்றொன்று அமையும் என்கிறது ஐன்ஸ்டைனுடைய சிறப்புச் சார்பியல் கோட்பாடு.

பேரண்டத்தின் வெளி இழுத்துக் கட்டப்பட்ட பிளாஸ்டிக் துணி போன்றது. சூரியனால்தான் புவியில் ஈர்ப்பும் அதன் சுழற்சியும் நடக்கிறது என்று விளக்கினார். இவை போன்ற கோட்பாடுகள்தான் இன்று விண்வெளி ஆராய்ச்சிக்குப் பெரிதும் பயன்படுகின்றன.

1921ஆம் ஆண்டு நோபல் பரிசு கிடைத்தது. சிறப்புச் சார்பியல் கோட்பாட்டுக்குக் கிடைக்கும் என்று எதிர்பார்த்தார். ஆனால் 'ஒளிமின் விளைவு'க்குக் கிடைத்தது. இருபதாம் நூற்றாண்டின் மிகச் சிறந்த விஞ்ஞானிகளில் ஒருவராகவும் இதுவரை வாழ்ந்த இயற்பியலாளர்களில் மிகச் சிறந்த விஞ்ஞானியாகவும் ஆல்பர்ட் ஐன்ஸ்டைனை அறிவியல் உலகம் கொண்டாடுகிறது.

தாமஸ் ஆல்வா எடிசன் – 4

இன்று நாம் பயன்படுத்தும் பல பொருள்களுக்குப் பின்னால் எடிசன் ஒளிந்திருக்கிறார். அவர் கண்டுபிடிப்பின் உதவி இன்றி ஒரு நாள்கூட வாழ முடியாது. இத்தனைக்கும் அவர் அறிவியலோ கணிதமோ படித்தவர் அல்ல. அறிவியல் மீது இருந்த ஆர்வத்தால் திரும்பத் திரும்ப சோதனைகள் செய்தார். கண்டுபிடிப்புகள் நிகழ்த்தினார்.

சிறுவயதிலிருந்தே எல்லாவற்றையும் கேள்வி கேட்டார். எதையும் செய்து பார்க்க வேண்டும் என்கிற ஆர்வம் இருந்தது. கோழி அடைகாப்பதால்தான் குஞ்சு பொரிக்கிறதா? என்ற உண்மையைத் தெரிந்துகொள்ள சோதனை செய்து பார்த்தார். தானும் முட்டை மீது அமர்ந்து அடைகாத்தார்.

எடிசனின் கல்வியில் தாயைப் போலவே தந்தையின் பங்களிப்பும் முக்கியமானது. ஒவ்வொரு புத்தகத்தை முடிக்கும்போதும்

சன்மானம் தந்தார். அந்த சன்மானத்திற்காகவே பல நூல்களை வாசித்தார் எடிசன். தந்தை உடனே நூலகத்தில் சேர்த்துவிட்டார். அங்கு நியூட்டன், ஃபாரடே போன்ற அறிவியல் அறிஞர்களின் கோட்பாடுகளைப் படித்தார். குறிப்புகள் எடுத்தார். இச்செயலே இவருடைய அறிவியல் ஆராய்ச்சிக்கு உதவியது.

தந்தி மூலம் ரயில் போக்குவரத்தைக் கண்காணிக்க ரயில்வே துறை முயற்சி செய்த காலம் அது. தந்திச் செய்திகள் புள்ளியாகவோ கோடுகளாகவோ பதிவாகும். அதைப் படித்துப் புரிந்து ஆங்கிலத்தில் மொழிபெயர்க்கும் வேலையைச் செய்தார்.

அந்த வேலையை எளிதாக்க தந்திக் கருவியிலேயே மாற்றங்கள் செய்தார். குறியீடுகளைச் சொற்களாக மாற்றி அனுப்பினார். ஒரே நேரத்தில் இரண்டு செய்திகளை ஒரே கம்பியில் அனுப்பிக் காட்டினார். தானியங்கித் தந்தி ஏற்பாட்டைச் செய்து முடித்தார்.

இதேபோல் கண்ணில் கண்ட பிரச்னைகளுக்கெல்லாம் தீர்வு காணத் தொடங்கினார். தன் கண்டுபிடிப்புகளைச் செம்மையாக்க அறிவியல் அறிவை அதிகப்படுத்தினார்.

ஒரு கருவியைக் கண்டறிய திட்டமிட்டால், திட்டமிடாத பல புதிய கருவிகள் கிடைத்தன. அதில் ஒன்றுதான் ஒலி வரைவி (கிராமஃபோன்). ஒலியை ஒரு தகட்டில் பதிவு செய்தால் சுருக்கெழுத்துபோல் தனித்த உருவில் அமையும் என்ற கோட்பாட்டைப் படித்தார். அதைத் தன் சோதனை மூலம் உண்மை என்று கண்டுபிடித்தார்.

மனிதனின் காதுகளைக் குளிர வைத்தவர், கண்களுக்கும் விருந்தளிக்க நினைத்தார். அதன் விளைவுதான் திரைப்படப் படப்பிடிப்புக் கருவி. ஓசையையும் படங்களையும் இணைத்துப் பேசும் படம் தயாரிக்க முடியும் எனச் செய்துகாட்டினார்.

நியூயார்க் நகரம் வாயு, எண்ணெய் விளக்குகளால் எரிந்தது. அந் நகரை மின் விளக்குகளால் அலங்கரிக்க நினைத்தார். மின்விளக்கைக் கண்டுபிடிக்க நினைத்த பலரும் தோல்வி அடைந்திருந்த நேரம் அது. எடிசன் தான் சிந்தித்த எதையும் உருவாக்காமல் விடமாட்டார். தனி ஆளாக நின்று சோதனை செய்தார். ஆயிரக்கணக்கான முறை தோற்றார். கடைசியாகத்தான் டங்ஸ்டன் இழையைப் பொருத்தினார்.

எடிசனின் கண்டுபிடிப்பு வெற்றியை வெளியே பலரும் கொண்டாடிக்கொண்டிருப்பர். அவரோ உள்ளே அடுத்த கண்டுபிடிப்பில் ஈடுபட்டிருப்பார். கேட்டால், “நேற்றைய கண்டுபிடிப்பைப் பற்றிப் பேசி இன்றைய நேரத்தை வீணடிக்க விரும்பவில்லை” என்பார்.

ஒரு சதவீதம் அறிவு, 99 சதவீதம் உழைப்பு என்பதே எடிசனின் தாரக மந்திரம். அவருடைய இந்தக் கூற்று மின்விளக்கைப் போல் பிரகாசித்தது, பிரபலமானது.

மின்விளக்கைக் கண்டுபிடித்தாலும் அதை மக்களிடம் சேர்ப்பதில் சிக்கல்கள் இருந்தன. மின்சாரத்தைப் பல இடங்களுக்கு விநியோகிக்க முடியாது. அப்படியே முடிந்தாலும் ஒவ்வொருவரும் எந்த அளவிற்குப் பயன்படுத்துவார்கள் என்பதைக் கணிக்க முடியாது. எல்லாம் முடிந்தாலும் வாயு, எண்ணெய் விளக்கைப் போல் மலிவானதாக இருக்காது என்று அறிஞர்கள் கருத்துத் தெரிவித்தனர்.

மின்விளக்கை வணிகமயமாக்க ‘மின் விளக்கொளி அமைப்பு’ ஒன்றை ஏற்படுத்தினர். டிசி மின்சாரத்தை வைத்து மின்விளக்கை உலகெலாம் பரப்பினர். விளக்கு எரிய மின்சாரம் அவசியம் என்பதால் மின்சார சேமிப்புக்கலன்களை உருவாக்கினர். அந்த முயற்சியில் கிடைத்ததுதான் மின் மோட்டார்.

யாரும் நெருங்க முடியாத அளவிற்கு 1300க்கும் மேற்பட்ட கண்டுபிடிப்புகளைக் கண்டுபிடித்தார். மின்விளக்கை உருவாக்கும் முயற்சியில் டங்ஸ்டனுக்கு முன்பாக ஆயிரக்கணக்கான இழைகளைப் பொருத்திப் பார்த்துத் தோல்வியடைந்தார். சேம மின்கலத்தைக் கண்டுபிடிக்கும்போது சரியான நேர் மின் தகட்டைக் கண்டுபிடிக்கச் சில ஆயிரம் பொருள்களை ஆராய்ந்து தோல்வி அடைந்திருக்கிறார். கடைசியாகத்தான் கார்பன் தகடு சோதனை வெற்றி பெற்றது. ‘உண்மையில் இவை எல்லாம் ஆயிரக்கணக்கான தோல்விகள் அல்ல. இத்தனை ஆயிரம் பொருள்கள் உதவாது என்று கண்டுபிடித்து வெற்றியடைந்திருக்கிறேன்’ என்றார். எடிசனை மனம் தளரவிடாமல் வழிநடத்தியது நேர்மறைச் சிந்தனை மட்டுமே.

நிகோலா டெஸ்லா – 5

மனிதகுல வரலாற்றின் வழித் தடத்தை அறிவியல் வழி திசை திருப்பியதில் டெஸ்லாவின் பங்கு முக்கியமானது. ஆயிரம் ஆண்டுகளில் தோன்றிய பிரபலமான 100 நபர்களில் டெஸ்லாவும் ஒருவர்.

டெஸ்லாவின் தந்தை தேவாலயத்தில் மதகுரு. தாய் வீட்டிற்குத் தேவையான உபகரணங்களைச் சொந்தமாக உருவாக்குவார். டெஸ்லா தன்னைப்போல் மதகுருவாக ஆகவேண்டும் என தந்தை விரும்பினார். இல்லையேல் ராணுவத்தில் சேர்த்துவிடலாம் என நினைத்தார். ஆனால், டெஸ்லா தன் தாயைப்போல் கண்டுபிடிப்பாளர் ஆனார்.

ஒன்பது மாதங்கள் காலராவால் அவதிப்பட்டு உயிர்பிழைத்தார் டெஸ்லா. அதனால் மகனின் விருப்பப்படி பாலிடெக்னிக்கில் சேர அனுமதித்தார் தந்தை. இயற்பியல், கணிதம் இரண்டையும் ஆர்வத்தோடு படித்தார். அதனால் மின்சாரத்தின் பக்கம்

ஈரக்கப்பட்டார். டிசி ஜெனரேட்டரைப் பயன்படுத்தி மின்சாரம் எடுப்பதை ஆசிரியர் பாடமாக நடத்தினார். இதைக் கவனித்த டெஸ்லா ஏசி ஜெனரேட்டர் பயன்படுத்தி மின்சாரம் எடுக்கலாம் என நினைத்தார்.

எந்த வேலை செய்தாலும் இந்தச் சிந்தனை தனியாக ஓடிக் கொண்டிருந்தது. ஒருநாள் பூங்காவில் நடைப்பயிற்சி செய்தார். அப்போது சுழலும் காந்தப்புலத்தின் தீர்வு மின்னலெனப் பளிச்சிட்டது. உடனே அதை மணலில் வரைந்து பார்த்தார்.

'உங்களைப்போல்தான் இவரும்' என்கிற அறிமுகக் கடிதத்தோடு எடிசன் நிறுவனத்தில் வேலைக்குச் சேர்ந்தார் டெஸ்லா. அங்கு டைனமோக்களை மேம்படுத்திக்கொடுத்தார். நேரடி மின்னோட்டத்தைவிட (டிசி) மாற்று மின்னோட்டம் (ஏசி) சிறந்தது என்று எடிசனிடம் விளக்கினார்.

மின்விளக்கை ஒளிரச்செய்வதில் எடிசனின் முதலீடுகள் அனைத்தும் நேரடி மின்னோட்டத்தில் இருந்தன. எனவே இருவருக்கும் கருத்து வேறுபாடு ஏற்பட்டது. டெஸ்லா அந்த நிறுவனத்தைவிட்டு வெளியேறினார்.

நேரடி மின்னோட்டத்தை இரண்டு மைல்களுக்கு மேல் கொண்டு செல்ல முடியாது. ஒவ்வோர் இரண்டு மைலுக்கும் இணைப்புப் போட்டு, கொண்டு சென்றதால் மின்னிழப்பு ஏற்பட்டது. அதேபோல் ஒரே திசையில் மட்டுமே பாய்ந்தது. ஆனால் மாற்று மின்னோட்டம் வினாடிக்கு 50, 60 முறை திசையை மாற்றும். உயர் மின்னழுத்த அளவுகளை மாற்றியமைக்கும். அதிக தூரம் எடுத்துச் சென்றாலும் மின் இழப்பு ஏற்படாது. எனவே மாற்று மின்னோட்டம்தான் எதிர்காலம் என நம்பினார்.

ஜெனரேட்டர்கள், மோட்டார்கள், மின்மாற்றிகளின் பாலிஃபேஸ் மாற்று மின்னோட்ட அமைப்பை உருவாக்கினார். இதன் அடிப்படையில் பல காப்புரிமைகளைப் பெற்றார். ஜார்ஜ் வெஸ்டிங்ஹவுஸ் இவற்றை உலகெலாம் கொண்டு சேர்க்க டெஸ்லாவோடு கைகோத்தார்.

எடிசன் தனது டிசி சாம்ராஜ்ஜியத்தை இழக்க விரும்பாததால் இருவருக்கும் இடையே மின் போர் ஏற்பட்டது. ஏசி மின்னோட்டம் தன் திறத்தால் டெஸ்லா - வெஸ்டிங்ஹவுஸை வெற்றியாளராக்கியது.

அட்லாண்டிக் கடற்பரப்பில் கட்டமைக்கப்பட்ட நேரடி மின்னோட்ட மின் நிலையத்தின் திறனற்ற தன்மையை டெஸ்லா சுட்டிக்காட்டினார். நயாகரா நீர்வீழ்ச்சியில் மாற்று மின்னோட்டத்தில் மின்சாரம் எடுக்கும் அமைப்பை வடிவமைத்தார். உலகப் புகழ்பெற்றார்.

அவர் கண்டுபிடித்த டெஸ்லா சுருள்தான் வானொலி, தொலைக்காட்சி இன்ன பிற மின்னணு சாதனங்களில் பயன்படுத்தப்படுகிறது. ஃப்ளோரசன்ட் லைட், லேசர் பீம், கம்பியில்லாத் தொடர்பு, கம்பியில்லாப் பரவும்முறை, ரிமோட் கட்டுப்பாடு, தானியங்கி இயந்திரம் (ரோபாட்டிக்ஸ்), விசையாழிகள் போன்றவை அவரது கண்டுபிடிப்புகளில் குறிப்பிடத்தக்கன. சூரிய ஆற்றல், கடல் சக்தி போன்ற ஆய்வுகளும் அதில் அடங்கும். 700க்கும் மேற்பட்ட காப்புரிமைகளைப் பெற்றார்.

கம்பியில்லாத முறையைக் கோள்களுக்கு இடையேயான தகவல் தொடர்புக்குப் பயன்படுத்தலாம் என்று பரிந்துரைத்தார். கம்பியில்லாமல் மின்சாரம் வழங்க டெஸ்லா, மோர்கன் என்பவருடன் இணைந்தார். இருவருக்கும் இடையே ஏற்பட்ட கருத்து வேறுபாட்டால் மோர்கன் தன் நிதியைத் திரும்பப் பெற்றுக்கொண்டார்.

ராண்ட்ஜனுக்கு முன்பாக டெஸ்லாதான் எக்ஸ் கதிர்களைக் கண்டுபிடித்தார். ஆனால் முதலில் வெளியிட்டவர் ராண்ட்ஜன் என்பதால் அவரைக் கைகுலுக்கி வரவேற்றார். 1896இல் வானொலியின் அடிப்படை அமைப்புக்குக் காப்புரிமை பெற்றார். ரேடியோ டிரான்ஸ்மிட்டரின் அடிப்படைக் கூறுகளை விவரிக்கும் அவருடைய திட்ட வரைபடங்கள் பயன்படுத்தப்பட்டு ரேடியோ உருவாக்கப்பட்டதால் வழக்கானது. ரேடியோ தொழில்நுட்பத்தில் டெஸ்லாவின் பங்களிப்பை அங்கீகரித்து, மார்கோனியின் காப்புரிமை செல்லாது எனத் தீர்ப்பளித்தனர்.

உலகத்தை வெளிச்சத்துக்குக் கொண்டுவந்த டெஸ்லாவின் பெயர் அறிவியல் உலகில் நிலைத்து இருக்கிறது.

மார்கோனி – 6

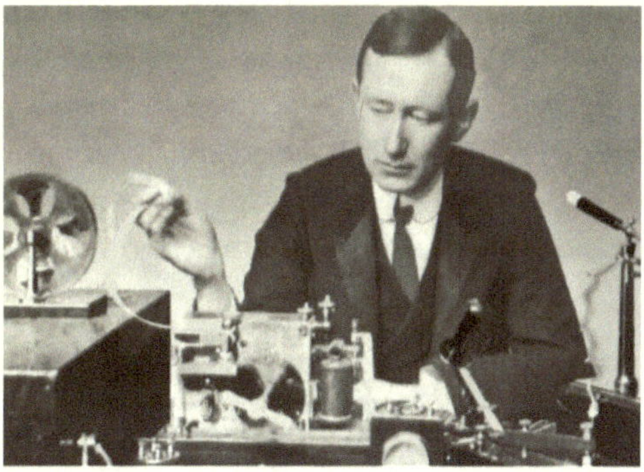

மார்கோனி இத்தாலி நாட்டில் பிறந்தார். வீட்டிலிருந்தே ஆரம்பக் கல்வியைப் பயின்றார். விளையாட்டை மறந்து வீட்டு நூலகத்தில் அமர்ந்து படித்தார். அத்தனையும் அறிவியல் நூல்கள். மார்கோனியின் ஆர்வத்தைக் கண்ட தந்தை இயற்பியல், வேதியியல், கணிதப் பாடங்களைச் சொல்லித்தர பேராசிரியர்களை ஏற்பாடு செய்தார். அப்படியே கல்லூரிப் படிப்பையும் முடித்தார்.

ரோஸா என்கிற இயற்பியல் பேராசிரியர் மூலம் இயற்பியல் பக்கம் தன் கவனத்தை முழுமையாகத் திருப்பினார் மார்கோனி. மாக்ஸ்வெல் கம்பியற்ற தகவல் தொடர்பு முறையை உருவாக்க முயற்சி செய்தார். அந்த அனுபவங்களைப் புத்தகமாகவும் எழுதி வெளியிட்டிருந்தார். அதைப் படித்தார் மார்கோனி. ஹென்ரிச் ஹெர்ட்ஸும் கம்பியில்லாத் தகவல்தொடர்பு குறித்து ஆராய்ச்சி

செய்திருந்தார். அவருடைய நூல்களையும் வாங்கிப் படித்தார் மார்கோனி. ரிகி, லாட்ஜ் போன்றவர்களின் நூல்களையும் வாசித்தார். இதன் அடிப்படையில் ஆய்வுகள் மேற்கொண்டார்.

50 ஆண்டுகளாக எத்தனையோ பேர் முயற்சி செய்தார்கள். ஆனால் யாரும் முடிவை எட்டவில்லை. மார்கோனி எட்டினார். ஆம், கம்பியில்லாமல் ஆண்டெனா மூலம் ஒன்றரை கி.மீ தொலைவுக்குச் சமிக்ஞை அனுப்புவதில் வெற்றி பெற்றார். மீண்டும் முயற்சி செய்தார். 2.5 கி.மீ தூரத்திற்குச் சமிக்ஞை கிடைத்தது. ஆண்டெனாவின் உயரத்தை எந்த அளவிற்கு அதிகப்படுத்தினாரோ அந்த அளவிற்கு சமிக்ஞைகள் தெளிவாகக் கிடைத்தன.

மார்கோனி பிறந்தது வசதியான குடும்பமாக இருந்தாலும் ஆராய்ச்சியைத் தொடர நிதி உதவி தேவைப்பட்டது. இது பலரும் முயற்சி செய்தது என்பதால் இத்தாலி அரசு இந்தக் கண்டுபிடிப்பிற்கு அங்கீகாரம் அளிக்கவில்லை. நண்பரின் அறிவுரைப்படி இங்கிலாந்து சென்றார் மார்கோனி. தம் ஆய்வுகளை அங்கு சமர்ப்பித்தார். நல்ல வரவேற்பு கிடைத்தது. 6 கி.மீ தூரத்துக்குத் தகவலைக் கடத்திக் காட்டினார். காப்புரிமையும் பெற்றார்.

கண்டுபிடிப்பிற்குத் தேவையான அனைத்து உதவிகளையும் இங்கிலாந்து அரசு செய்துகொடுத்தது. பொதுமக்கள் முன்னிலையில் *'Are You Ready?'* என்கிற செய்தியை அனுப்பி, நிரூபித்துக் காட்டினார்.

தகவல் கிடைக்கும் தூரத்தை அதிகரிக்க 200 அடி உயரமுள்ள ஆண்டெனாக்களை அமைத்தார். 50 கி.மீ 120 கி.மீ என உயர்ந்த அளவுகளை எட்டினார். இத்தாலிக்குச் செய்தி அனுப்பினார். ஆங்கிலக் கால்வாய் முழுவதும் கம்பியில்லாத் தொடர்பை ஏற்படுத்தினார். இங்கிலாந்துக்கும் பிரான்ஸுக்கும் தொடர்பு ஏற்படுத்தினார். கனடாவுக்குச் சென்று, இங்கிலாந்திலிருந்து வரக்கூடிய சிக்னலைப் பெற முடிகிறதா என சோதித்தார்.

ரேடியோ அலைகள் நேர்கோட்டில்தான் பரவும். உலகம் உருண்டை என்பதால் 200 மைலுக்கு மேல் தகவலைக் கடத்த முடியாது என்றனர். ஆனால் அந்தக் கூற்றை முயற்சியின் மூலம் முறியடித்தார் மார்கோனி. 3500 கி.மீ வரை தகவலைக் கடத்திக் காட்டினார். பூமியின் வளைவால் கம்பியில்லா அலைகள் பாதிக்கவில்லை

என்கிற உண்மையை உலகுக்கு எடுத்துச் சொன்னார்.

1909இல் இயற்பியலுக்கான நோபல் பரிசு கிடைத்தது. அதன் பிறகும் அவரது ஆய்வு ஓயவில்லை. இதே அடிப்படையில் ஒலியை அனுப்பும் ஆராய்ச்சியில் ஈடுபட்டார். வாகன விபத்தில் வலது கண்ணை இழந்தார். அந்த நிலையிலும் தம் ஆய்வுகளைத் தொடர்ந்தார். இசைக் கலைஞர்களை வாசிக்க வைத்து லண்டன் முழுவதும் ஒலிபரப்பினார்.

முதல் உலகப் போரில் கப்பலில் வானொலியைப் பயன்படுத்த உதவி செய்தார். 1919-இல் அவருடைய போர்ச் சேவையைப் பாராட்டி இத்தாலிய ராணுவம் பதக்கம் வழங்கியது.

நீண்ட தூரம் ஒலிபரப்பப்படும் வானொலியின் தந்தை என அழைக்கப்பட்டார். வானொலியோடு தொடர்புடைய கருவிகளையும் உருவாக்கினார். அந்த வானொலியின் வழித்தோன்றல்தான் இன்று பல்வேறு வகைகளாக உருமாறி நம்மை மகிழ்விக்கின்றன.

மேரி கியூரி – 7

நோபல் வரலாற்றில் நோபல் பரிசு வென்ற முதல் பெண். இரண்டு நோபல் பரிசுகளை வென்ற முதல் பெண் போன்ற பெருமைகளுக்கு உரியவர் மேரி கியூரி. இயற்பியல், வேதியியல் என்று இரண்டு வெவ்வேறு அறிவியல் துறைகளுக்கு நோபல் பரிசு வென்ற முதல் பெண் என்ற சிறப்பையும் பெற்றவர்.

07-11-1867- அன்று போலந்து நாட்டில் பிறந்தார். மரியா சலோமியா ஸ்க்ளோடோவ்ஸ்கா என்பது இயற்பெயர். மேரி என்பது செல்லப் பெயர். சிறுவயதிலேயே அம்மாவை இழந்தார். தந்தை ஆசிரியர். தன் குழந்தைகளுக்கு அறிவியல் பாடங்களைப் புகட்டி வளர்த்தார். தங்கப் பதக்கத்தோடு பள்ளிப் படிப்பை முடித்தார் மேரி.

அவர் காலத்தில் பெண்கள் உயர்கல்வி கற்பதற்கு ஏற்ற வசதிகள் போலந்தில் இல்லை. வெளிநாடு சென்று படிக்க வேண்டும்.

மேரியும் அவருடைய அக்கா புரோன்யாவும் மேற்படிப்பு படிக்க நினைத்தனர். தந்தைக்கு மகள்களை வெளியே அனுப்பிப் படிக்க வைக்கும் அளவிற்கு நிதி வசதி இல்லை.

எனவே மேரியும் புரோன்யாவும் ஓர் ஒப்பந்தம் போட்டனர். புரோன்யா படிப்பு முடியும்வரை மேரி வேலை பார்த்துப் பணம் அனுப்ப வேண்டும். புரோன்யா படிப்பை முடித்தவுடன் அவர் மேரியின் படிப்பிற்கு உதவ வேண்டும்.

வீடுகளில் பாடம் சொல்லிக் கொடுத்து அக்காவுக்குப் பணம் அனுப்பினார் மேரி. புரோன்யா மருத்துவரானார். உடனே மேரி அக்காவைத் தேடி பாரிஸுக்குப் பயணமானார். அங்கு மேரிக்கு மருத்துவம் படிக்க இடம் கிடைக்கவில்லை. சோர்போன் பல்கலைக்கழகத்தில் இயற்பியல் படிப்பில் சேர்ந்தார்.

புரோன்யா தன்னுடன் படித்த மருத்துவரைத் திருமணம் செய்துகொண்டார். எனவே மேரி தனி வீடு எடுத்துத் தங்கினார். கையிலிருந்த பணத்தை புத்தகங்களாக வாங்கினார். சரியான உணவின்றி, குளிருக்கு ஏற்ற கம்பளி இன்றி அடிக்கடி மயங்கி விழுந்தார். ஆனால் படிப்பதில் உறுதியாக இருந்தார். அடுத்தடுத்த ஆண்டுகளில் கணித அறிவியலிலும் பட்டம் பெற்றார் மேரி.

அறிவியலாளர் பியரி கியூரியின் அறிமுகம் கிடைத்தது. அவருடைய ஆய்வகத்தைப் பயன்படுத்திச் சில காலம் ஆராய்ச்சி செய்தார் மேரி. அந்தப் பழக்கத்தின் அடிப்படையில் அடுத்த சில ஆண்டுகளில் இருவரும் திருமணம் செய்துகொண்டனர்.

வேலை பார்த்துக்கொண்டே இருவரும் தங்கள் ஆய்வகப் பணியைத் தொடர்ந்தார்கள். மேரி தன் முனைவர் பட்ட ஆராய்ச்சிக்காக யுரேனியத்தை எடுத்துக்கொண்டார். அதற்கான ஆய்வு முடிவில்தான் இருவரும் சேர்ந்து ஒரு தனிமத்தைக் கண்டறிந்தனர். போலந்தின் நினைவாக அதற்கு ‘பொலோனியம்’ என்று பெயர் வைத்தார் மேரி. இந்தக் கண்டுபிடிப்புக்காக 1903ஆம் ஆண்டு மேரி, பியரி, ஹென்றி பெக்குரேல் ஆகிய மூவருக்கும் இயற்பியலுக்கான நோபல் பரிசு பகிர்ந்து அளிக்கப்பட்டது.

ஒரு சாலை விபத்தில் பியரி மரணமடைந்தார். ஆய்வகப் பணிகள் பாதியில் நின்றன. இரண்டு பெண் குழந்தைகளை வளர்க்கும் பொறுப்பு மேரியை இயங்க வைத்தது. அறிவியல் பீடத்தில்

இயற்பியல் பேராசிரியராக, முதல் பெண்ணாகப் பதவி ஏற்றார் மேரி.

தமது ஆராய்ச்சியைத் தொடர்ந்து செய்ததன் பலனாக 1910இல் ரேடியத்தைக் கண்டறிந்தார். 1911இல் வேதியியலுக்கான நோபல் பரிசும் கிடைத்தது.

முதல் உலகப் போரில் குண்டுகளால் காயமடைந்தவர்களுக்குச் சிகிச்சை அளிக்கும் மையங்களை உருவாக்கினார். சிகிச்சை அளிக்க ஏற்பாடு செய்தார்.

நீண்ட காலம் ரேடியம் தொடர்பான ஆராய்ச்சியில் ஈடுபட்டதால் ஏபிளாஸ்டிக் அனிமியா என்கிற நோயால் பாதிக்கப்பட்டார். 1934, ஜூலை 4 அன்று தன் 66வது வயதில் மறைந்தார் மேரி கியூரி.

அலெக்சாண்டர் ஃப்ளெமிங் – 8

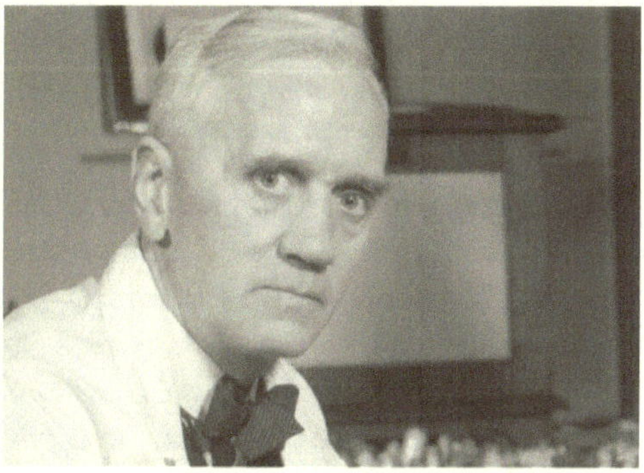

மருத்துவத்தில் பென்சிலின் என்கிற எதிர் நுண்ணுயிரி கண்டுபிடிக்கப்படாமல் இருந்திருந்தால், உலகின் மக்கள்தொகை பாதியாக இருந்திருக்கும். இதைக் கண்டுபிடித்த அலெக்சாண்டர் ஃப்ளெமிங் *1881*, ஆகஸ்ட் *6* அன்று ஸ்காட்லாந்தில் பிறந்தார்.

பாலிடெக்னிக் முடித்தார். கப்பல் அலுவலகத்தில் நான்கு ஆண்டுகள் வேலை பார்த்தார். அதன் பிறகே மருத்துவராகும் கனவோடு லண்டன் சென்றார். அங்குள்ள செயின்ட் மேரிஸ் மருத்துவக் கல்லூரியில் சேர்ந்தார்.

தடுப்பூசி சிகிச்சையின் முன்னோடி சர் ஆம்ரைட் என்கிற பேராசிரியரிடம் படித்தார். படிப்பு முடித்து அவரிடமே உதவியாளராகச் சேர்ந்தார். தன் ஆசிரியரைப் போலவே தானும் எதையாவது கண்டுபிடிக்க வேண்டும் என்கிற வேட்கையோடு பாக்டீரியாவை ஆராய்ச்சி செய்தார். நுண்ணுயிரியல் வல்லுநர்

ஆனார். தாம் படித்த செயின்ட் மேரிஸ் பல்கலைக்கழகத்தில் நுண்ணுயிரியல் துறை விரிவுரையாளர் ஆனார்.

முதல் உலகப் போர் தொடங்கியதும் ராணுவ மருத்துவக் குழுவிற்குத் தலைவராகப் பொறுப்பேற்றார். போரில் லட்சக்கணக்கான வீரர்கள் காயத்தால் இறப்பதைக் கண்டார். கிருமிநாசினிகள்தான் காயத்தை மோசமாக்கி வீரர்களைக் கொல்வதாக நினைத்தார்.

போர் முடிந்து மீண்டும் அதே செயின்ட் மேரிஸுக்குத் திரும்பினார். உயிர்களைக் காக்கும் எதிர் நுண்ணுயிரிக்கான ஆராய்ச்சியைத் தொடர்ந்தார். 1921இல் திசுக்களிலும் அதன் சுரப்பிகளிலும் ஒரு முக்கியமான பாக்டீரியோலிடிக் பொருள் இருப்பதைக் கண்டறிந்தார். அதற்கு 'லைசோசைம்' என்று பெயரிட்டார். உடலில் இயற்கையாகவே நோய் எதிர்ப்பு நுண்ணுயிரி இருப்பதைக் கண்டறிந்தார்.

1928 இல் இன்ஃப்ளூயன்ஸா வைரஸை ஆராய்ச்சி செய்தார். ஆய்வகத்தைப் பூட்டிவிட்டு விடுமுறையைக் கழிக்கச் சென்றுவிட்டார். திரும்பி வந்து பார்த்தபோது ஸ்டாஃபிலோகோகஸ் தட்டில் பூஞ்சை உருவாகியிருப்பதைக் கவனித்தார். அது தன்னைச் சுற்றி பாக்டீரியா இல்லாத வட்டத்தை உருவாக்கி இருப்பதையும் கண்டார். ஸ்ட்ரெப்டோகாக்கஸ், மெனிங்கோகோகஸ், டிப்தீரியா பேசிலஸ் போன்ற பலவிதமான தீங்கு விளைவிக்கும் பாக்டீரியாக்களைக் கொல்லும் திறன் கொண்டதாக அந்தப் பூஞ்சை இருப்பதைக் கண்டறிந்தார். அதற்கு பென்சிலின் என்று பெயரிட்டார்.

ஃப்ளெமிங் தம் உதவியாளர்கள் மூலம் தூய பென்சிலினைப் பிரித்தெடுக்கும் கடினமான பணியைச் செய்தார். பென்சிலினைப் பெரிய அளவில் உற்பத்தி செய்வதில் பல தடைகள் இருந்தன. கிட்டத்தட்ட பென்சிலின் மறந்துபோன நிலையில் இரண்டாம் உலகப் போர் மூண்டது.

இரண்டாவது சர்வதேச நுண்ணுயிரியல் மாநாடு நடந்தது. அதில் பென்சிலினின் முக்கியத்துவம் குறித்து ஃப்ளெமிங் பேசினார். பென்சிலின் மூலக்கூறு அமைப்பை ஆராய்ந்த பின்னர் அதன் அமிலத்தன்மையை அகற்றிப் பிரித்தெடுக்கும் முயற்சியை அமெரிக்கா மேற்கொண்டது.

முதலில் விலங்குகள் மீது பென்சிலினைச் செலுத்திப் பரிசோதனை செய்தார். சோதனை வெற்றி பெறவே பென்சிலின் உற்பத்தியைப் பெருக்கினர். இரண்டாம் உலகப் போரில் பல லட்சம் வீரர்கள் காப்பாற்றப்பட்டனர்.

அதுவரை அறுவைச் சிகிச்சைக்குப் பயந்தவர்கள், அதன் பிறகு அச்சமின்றி அறுவைச் சிகிச்சைகளைச் செய்து உயிர்பிழைத்தனர்.

எதிர் நுண்ணுயிரி இன்று பல்வேறு மாற்றுரு எடுத்திருந்தாலும் எல்லாவற்றிற்கும் அடிப்படை அன்று ஃப்ளெமிங் கண்டறிந்த பென்சிலின்.

அவர் பென்சிலியத்துக்குக் காப்புரிமை பெறவில்லை. பணக்காரர் ஆகவில்லை.

அன்றும் இன்றும் என்றும் கோடிக் கணக்கான மக்கள் பெனிசிலியம் என்கிற அருமருந்தால் உயிர்பிழைக்கிறார்கள். ஃப்ளெமிங், மனித குலத்திற்குச் செய்த மகத்தான தொண்டிற்காக 1945-இல் மருத்துவத்திற்கான நோபல் பரிசு கிடைத்தது. இருவருடன் சேர்த்து இன்னும் இவருக்குப் பகிர்ந்து அளிக்கப்பட்டது.

உலகின் பெரும்பாலான மருத்துவ, அறிவியல் சங்கங்களின் கௌரவ உறுப்பினராக இருந்த ஃப்ளெமிங் 1955, 11 மார்ச் அன்று, தம் 73-ஆம் வயதில் மறைந்தார்.

பெஞ்சமின் பிராங்க்ளின் – 9

அமெரிக்க வரலாற்றில் மிக முக்கியமான ஆளுமைகளில் ஒருவர் பெஞ்சமின் பிராங்க்ளின். அறிவியல், அரசியல், வர்த்தகம், எழுத்து எனப் பல்வேறு பரிமாணங்களைக் கொண்டவர். கால்பதித்த அத்தனை துறைகளிலும் வெற்றி பெற்றவர்.

1706 ஜனவரி 17 அன்று பாஸ்டன் நகரில் பிறந்தார். பிராங்க்ளினுக்கு 16 உடன்பிறப்புகள். தந்தை மெழுகுவத்தி, சோப்பு தயாரித்து விற்பனை செய்தார். பிராங்க்ளின் ஓர் ஆண்டுகூட முழுமையாகப் பள்ளிக்குச் செல்ல முடியவில்லை. வீட்டில் அந்த அளவிற்கு வசதி இல்லை.

தந்தைக்கு உதவியாளராக மாறினார். தந்தையின் தொழிலைக் கற்றார். படிப்பின் மீது உள்ள ஆர்வத்தால் அண்ணனின் அச்சகத்தில் வேலைக்குச் சேர்ந்தார். ஏராளமான புத்தகங்களைப் படிக்கும் வாய்ப்பு கிடைத்தது.

அவராகவே நான்கு மொழிகளைக் கற்றார். கவிதைகள் எழுத ஆரம்பித்தார்.

17 வயதில் அண்ணனுடன் ஏற்பட்ட கருத்து வேறுபாட்டால் பாஸ்டனை விட்டு ஃபிலடெல்பியாவுக்குச் சென்றார். அங்கு சொந்தமாக அச்சுத் தொழிலைத் தொடங்கினார். 'கெசட்' என்கிற பத்திரிகையை ஆரம்பித்தார். முதன்முதலில் பத்திரிகைக்கு சந்தா திட்டத்தை உருவாக்கினார் பிராங்க்ளின். கடின உழைப்பாலும் திறமையாலும் நகரத்தின் முக்கிய நபராக உயர்ந்தார்.

பட்டம் விட்டு மின்சாரத்தை ஆராய்ச்சி செய்தார். மழை பெய்யும் போது புயல் மேகத்தில் பட்டத்தைப் பறக்கவிட்டார். பட்டத்தில் இருந்த கயிற்றின் வழியே மின்சாரத்தைக் கடத்தினார். இதன் மூலம் மின்னல் என்பது மின்சாரம் என்று உறுதிப்படுத்தினார். மின்னலை ஈர்க்கும் இடிதாங்கியைக் கண்டறிந்தார். இதனால் உயர்ந்த கோபுரங்கள், கட்டடங்கள் பாதுகாக்கப்பட்டன.

நேர் மின்னோட்டம், எதிர் மின்னோட்டம் பற்றிய கோட்பாடுகளை உருவாக்கினார். கிட்டப்பார்வை, தூரப்பார்வை என இரண்டு பார்வைக் குறைபாடும் உள்ளவர்களின் குறையை நிவர்த்தி செய்ய பைஃபோகல் லென்ஸைக் கண்டறிந்தார். தனித்தனி கண்ணாடியாக அணியாமல், ஒரே லென்சில் இரண்டு குறைகளையும் நிவர்த்தி செய்தார்.

குறைந்த செலவில் அதிக வெப்பம் உருவாக்கும் அடுப்புகளை வடிவமைத்தார். அதற்கு 'பிராங்க்ளின் அடுப்பு' என்று பெயர்.

கடல் நீரோட்டங்களின் வெப்பநிலை மாற்றங்களை ஆய்வு செய்தார். வளைகுடா நீரோட்டத்தை வரைபடமாக்கினார். அதில் வெப்பம் பரவும் விதம் பற்றிய கோட்பாடுகளை உருவாக்கினார். கடல் பயண உபகரணங்கள், கப்பலுக்கான திசைகாட்டிகள், கடலின் ஆழத்தை அளக்கும் கருவிகள் போன்றவற்றையும் உருவாக்கினார்.

காகிதத்தில் கரன்சி நோட்டு அச்சடிக்கும் முறையைப் பிரபலப் படுத்தினார். நடமாடும் நூல் நிலையத்தை அறிமுகப்படுத்தினார். தபால்துறையில் மாற்றம் செய்தார். அமெரிக்காவின் முதல் 'தீ விபத்து காப்பீட்டு' நிறுவனத்தை உருவாக்கினார். உலகப் புகழ்பெற்ற பென்சில்வேனியா பல்கலைக்கழகத்தை நிறுவினார்.

அதற்கடுத்த இரண்டு ஆண்டுகளில் அமெரிக்காவின் முதல் மருத்துவமனையைத் தோற்றுவித்தார்.

அரசியலிலும் தன் பங்களிப்பைச் செலுத்தினார் பிராங்க்ளின். பாரிஸ் ஒப்பந்தப் பேச்சுவார்த்தையில் முக்கியப் பங்காற்றினார். இதன்மூலம் போர் முடிவுக்கு வந்து, அமெரிக்காவுக்குச் சுதந்திரம் கிடைத்தது.

அரசியல் சட்டத்தை இயற்றும் பொறுப்பு பிராங்க்ளின் உள்ளிட்ட மூவர் குழுவுக்கு வந்தது. அவர் மேற்பார்வையில் இயற்றப்பட்டது தான் அமெரிக்க அரசியலமைப்புச் சட்டம். அப்போதே தபால்தலை வெளியிட்டு பிராங்க்ளின் கௌரவிக்கப்பட்டார்.

1790, ஏப்ரல் 17 அன்று 84 வயதில் மறைந்தார். 'இறந்த பிறகும் வாழ வேண்டும் என்றால் சிறந்த படைப்பை எழுத வேண்டும். அல்லது பிறர் நம்மைப் பற்றி எழுதும் அளவுக்கு வாழ வேண்டும்' என்று கூறிய பிராங்க்ளின், இரண்டையும் செய்துவிட்டுச் சென்றிருக்கிறார்.

ஐசக் நியூட்டன் – 10

சர் ஐசக் நியூட்டன் 1643, ஜனவரி 4 அன்று இங்கிலாந்தில் பிறந்தார். அறிவியலாளர், கணிதவியலாளர், வானியலாளர் எனப் பல்வேறு பரிமாணங்களைக் கொண்டவர். பிறந்த மூன்று மாதங்களுக்குள் தந்தையை இழந்தார். அடுத்த இரண்டு ஆண்டுகளில் தாயையும் பிரிந்தார். பாட்டியிடம் வளர்ந்தார். கிராமப்புறப் பள்ளியில் படித்தார். 14 வயதில் படிப்பு நிறுத்தப்பட்டது.

நியூட்டனுக்கு படிப்பில் ஆர்வம் இருப்பதை அறிந்த அவரின் மாமா, 1661-இல் கேம்பிரிட்ஜ் பல்கலைக்கழகத்தின் டிரினிடி கல்லூரியில் சேர்த்தார். கணிதத்தையும் அறிவியலையும் சிறப்பாகப் படித்தார்.

அந்தக் காலக் கல்லூரிகள் அரிஸ்டாட்டிலைப் பின்பற்றும். நியூட்டனோ - கலிலியோ, கோப்பர்நிக்கஸ், கெப்ளர் போன்ற நவீன அறிஞர்களின் கருத்துகளையும் படிக்க விரும்பினார். அப்போது

பிளேக் என்கிற பெருந்தொற்று நோய் வந்தது. பல்கலைக்கழகங்கள் மூடப்பட்டன.

வீட்டிலிருந்தபடியே ஆய்வு செய்தவருக்குக் கிடைத்ததுதான் ஈர்ப்பு விசைக் கோட்பாடு. பட்டம் பெற்ற பிறகே அவருக்குள் இருந்த அறிவியல் அறிஞர் வெளிப்பட்டார். தாம் படித்த டிரினிடி கல்லூரியிலேயே பேராசிரியராகச் சேர்ந்தார். கணிதம், இயற்பியல் துறைகளில் முக்கியப் பங்களிப்பாற்றினார்.

கோள்களின் நகர்வு பற்றிய புத்தகங்களைத் தேடிப் படித்தார். எப்போதும் அதைப் பற்றியே சிந்தித்தார். மேலே செல்லும் பொருள்கள் ஏன் கீழே விழுகின்றன என்று யோசித்தபோதுதான் புவி ஈர்ப்பு சக்தியை அவரால் கண்டறிய முடிந்தது. நடந்து போகும்போது வேகமாகக் காற்றடித்தது. உடனே காற்றுக்கும் வேகம் இருக்கிறது. அதை அளக்க முடியும் என்பதைக் கண்டறிந்தார்.

சூரியனிலிருந்து வரும் ஒளி வெள்ளை என்பதே அனைவரின் எண்ணம். ஆனால் நியூட்டன் அதை முப்பட்டகத்தில் செலுத்தினார். சிதறிய ஒளி ஏழு வண்ணங்களாகப் பிரிந்தன. வெள்ளை ஒளி ஏழு நிறங்களையும் கொண்டது. இந்த நிறங்கள் மறுபடியும் ஒன்றுசேர்ந்தால் மீண்டும் வெள்ளை ஒளியாக மாறும் என்பதையும் நிரூபித்துக் காட்டினார். ஒளியின் வேகம் குறித்தும் ஆய்வுகள் செய்தார்.

பொறியியல் படிப்பிற்கு ஆணிவேரான கால்குலஸை உருவாக்கினார். நவீன கணிதத்தின் பல பிரிவுகள் அவர் கண்டுபிடித்தவை. மேலும் பல இயற்பியல் சூத்திரங்களை உருவாக்கினார். வளைந்த பொருள்களின் பரப்பையும் கெட்டியான பொருள்களின் கொள்ளளவையும் கண்டுபிடிக்கும் முறைகளை வகுத்தார்.

எந்த ஒரு வினைக்கும் அதற்கு எதிர்திசையிலிருந்து சமமான எதிர்வினை உண்டு என்கிற நியூட்டனின் மூன்றாம் விதியால் ராக்கெட் செலுத்தப்பட்டது. இயக்க விதிகளே மரபார்ந்த விசையியல் *(classical mechanics)* துறைக்கு வித்திட்டது.

கிரகாம்பெல், எடிசன் எனப் பலரும் மக்களின் விஞ்ஞானிகளாக இருக்க, நியூட்டன் விஞ்ஞானிகளின் விஞ்ஞானியானார். நியூட்டன் நாட்டுக்கும், விஞ்ஞானத்துக்கும் செய்த மகத்தான பணியைக் கௌரவப்படுத்த நாடாளுமன்ற உறுப்பினர் ஆக்கினார்கள். அங்கு

அவர் ஆற்றிய உரை “ஜன்னலைத் திறங்கள் காற்று வரட்டும்” என்பது. அவருக்கு விஞ்ஞானத்தைத் தவிர மற்றதில் ஆர்வம் இல்லை.

தொடர்ந்து 25 ஆண்டுகள் ராயல் சொசைட்டியின் தலைவராகத் தேர்ந்தெடுக்கப்பட்டார். இங்கிலாந்தின் ராணி கேம்பிரிட்ஜ் வந்தபோது ‘சர்’ பட்டம் வழங்கி கௌரவிக்கப்பட்டார்.

“கடற்கரையில் விளையாடும் சிறுவனாகிய நான், கிளிஞ்சல்களையும் சங்கையும்தான் பார்த்தேன். ஆனால் என் முன்னால்தான் பரந்து விரிந்த பெருங்கடல் இருக்கிறது. அதை இன்னும் பார்க்காமல் இருக்கிறேன்” என்று தன்னடக்கத்தோடு வெளிப்படுத்தினார்.

1727, மார்ச் 20-இல் மறைந்தார். போப் நியூட்டனின் கல்லறையில் எழுதச்சொன்ன வாசகம்: “இயற்கையின் ரகசியங்கள் இருளில் மூழ்கி இருந்தன. நியூட்டன் பிறந்தார், ரகசிய இடங்களில் வெளிச்சம் பாய்ந்தது.”

அலெக்சாண்டர் கிரகாம் பெல் – 11

அலெக்சாண்டர் கிரகாம் பெல் 1847, மார்ச் 3 அன்று ஸ்காட்லாந்து நாட்டின் எடின்பரோவில் பிறந்தார். 11 வயது வரை வீட்டிலேயே கல்வி பயின்றார். பின்னர் ராயல் பள்ளியில் சேர்ந்தார். அறிவியல் மீது ஆர்வம் கொண்டவர். பியானோ இசைப்பதிலும் ஒலி அலைகளை ஆராய்ச்சி செய்வதிலும் நேரத்தைச் செலவிட்டார்.

பெல்லின் தாய் காதுகேளாதவர். தந்தை காதுகேளாதோருக்கான கல்வி கற்பிக்கும் ஆசிரியராக இருந்தார். அவர்களுக்கான குரல் பயிற்சியும் கொடுத்தார். எனவே சிறுவயதிலிருந்தே மாற்றுத் திறனாளிகளின் பேச்சை ஆராய்ச்சி செய்தார் பெல்.

அமெரிக்கா சென்றார். அங்கு சிறப்புப் பள்ளியில் மாற்றுத் திறனாளி குழந்தைகளுக்கான கல்வியில் கவனம் செலுத்தினார். பின்னர் அது பாஸ்டன் பல்கலைக்கழகத்தின் ஒரு பகுதியாக

மாறியது. உலகப் புகழ்பெற்ற ஹெலன் கெல்லரை உருவாக்கியதில் பெல்லின் பங்களிப்பு முக்கியமானது.

காதுகேளாதவருக்குச் சொல்லித்தர குரலை ஆராய்ந்தவர், அதன் தொடர்ச்சியாகப் பேச்சைக் கடத்தும் ஆராய்ச்சியில் ஈடுபட்டார். அப்போதுதான் தந்தி கண்டறியப்பட்டது என்பதால் மனித குரலைக் கடத்த முடியும் என நம்பினார். மின்சாரத்தை ஒலியாக மாற்றும் விதத்தைக் கண்டறிந்தார்.

பெல், தொலைபேசியைக் கண்டறிய உதவியவர் வாட்சன். ஆளுக்கொரு தளத்தில் இருந்துகொண்டு பேச்சைக் கடத்தும் முயற்சியில் வெற்றிபெற்றனர். “வாட்சன், இங்கே வா” என உதவியாளரை பெல் அழைத்ததுதான் தொலைபேசியில் நடந்த முதல் உரையாடல். காதில் விழுந்த வாட்சன் துள்ளிக் குதித்து ஓடினார். 1876 இல் தொலைபேசிக்கான காப்புரிமை கோரினார். அதே நேரத்தில் இன்னும் சிலரும் தாங்களும் தொலைபேசியைக் கண்டறிந்ததாக அறிவித்தனர். பலத்த போட்டிக்கு இடையே பெல்லுக்கு காப்புரிமை கிடைத்தது.

அடுத்த சில மாதங்களில் பெல் தமது கருவியைக் கண்காட்சியில் வைத்தார். யாரும் கண்டுகொள்ளப்படாத நிலையில், பிரேசிலின் அரசர் அதைக் கவனத்திற்குக் கொண்டுவந்தார். உடனே வணிகமயமாக்கினர். தொலைபேசி இணைப்புக்கான தொலைவு அதிகரித்தது.

1880ஆம் ஆண்டு மின் அறிவியலில் சாதனை புரிந்ததற்காக ‘வோல்டா’ என்கிற பரிசை பிரெஞ்சு அரசு வழங்கியது. அந்தத் தொகையைக் காதுகேளாதவர், வாய் பேசாதவரின் வாழ்க்கையை மேம்படுத்த கொடுத்துவிட்டார் பெல். வாஷிங்டனில் வோல்டா ஆய்வகத்தை நிறுவினார். தகவல் தொடர்பு, மருத்துவ ஆராய்ச்சி, காதுகேளாதவர்களுக்குப் பேச்சு கற்பிப்பதற்கான தொழில்நுட்பச் சோதனைகளில் ஈடுபட்டார்.

ஒலியைக் கடத்த ஒளியைப் பயன்படுத்தும் ஆராய்ச்சியில் ஈடுபட்டார். ஃபோட்டோஃபோன் தொழில்நுட்ப ரீதியாகச் சாத்தியம் என நிரூபித்தார். இது தொலைபேசிக்கு நிகரான கண்டுபிடிப்பு என்றாலும் வணிக ரீதியாக உருவாக்கப்படவில்லை. ஆனால் பின்னர் வந்த ஒளி மின்னழுத்த விளைவு பற்றிய ஆராய்ச்சிக்கு உதவியது. மெட்டல் டிடெக்டரை உருவாக்கும்

முயற்சியில் பெல் ஈடுபட்டு, வெற்றியும் பெற்றார். அந்தக் கண்டு பிடிப்பு முதல் உலகப் போரில் பல உயிர்களைக் காப்பாற்றியது.

கனடாவில் தமது ஆய்வுகளை மேற்கொண்டார். 1890 களில் பெல் தனது கவனத்தை விமானத்தின் பக்கம் திருப்பினார். இறக்கை வடிவங்கள், உந்துவிசைத் தட்டு (புரொப்பல்லர்) வடிவமைப்புகளைப் பரிசோதித்தார். விமானக் கட்டுப்பாட்டில் நல்ல முன்னேற்றம் கொடுத்தது. 1907இல் வான் வழிப் பரிசோதனை அமைப்பை *(Aerial experiment association)* நிறுவினார்.

உலகம் முழுவதும் உள்ள காதுகேளாதோர் பள்ளிகளுக்கு நிதியுதவி அளித்த கிரகாம் பெல், 1922 ஆகஸ்ட் 2 அன்று 75ஆம் வயதில் மறைந்தார். அவர் மறைந்த அன்று அமெரிக்காவில் தொலைபேசி சேவைகள் சில நிமிடங்கள் நிறுத்தப்பட்டு, அவருக்கு அஞ்சலி செலுத்தப்பட்டது.

லூயி பாஸ்டர் – 12

போரில் மடிந்தவர்களைவிட நோயால் இறந்தவர்கள் அதிகம் என்கிறது வரலாறு. மருத்துவர்களும் மருந்து கண்டறிந்தவர்களும் கடவுளுக்கு இணையாக மதிக்கப்படுகிறார்கள். அவர்களில் ஒருவர் லூயி பாஸ்டர். 1822 டிசம்பர் 27-இல் பிரான்ஸ் நாட்டில் பிறந்தார். மருத்துவர் அல்ல; ஆனால், வேதியியலாளராகவும் நுண்ணுயிரியலாளராகவும் மருத்துவத் துறைக்கு அவர் செய்த பங்களிப்பு ஏராளம்!

லூயி பாஸ்டருக்குச் சிறுவயதிலிருந்தே இயற்கை மீதும் ஓவியம் மீதும் ஆர்வம். பின்னர் அறிவியல் அவருக்கு மிகவும் பிடித்த துறையாக மாறியது. 1842இல் ராயல் கல்லூரியில் இளங்கலை அறிவியலில் பட்டம் பெற்றார். 1845இல் முதுகலைப் பட்டமும் 1847இல் முனைவர் பட்டமும் பெற்றார். ஸ்ட்ராஸ்பர்க் பல்கலைக்கழகத்தில் வேதியியல் பேராசிரியரானார்.

ஒயின் தயாரிப்பாளரான தன் நண்பருக்கு உதவுவதற்காக ஓர் ஆராய்ச்சியை மேற்கொண்டார். அப்போதுதான் ஒயினைப் புளிக்கச் செய்வது ஒருவகை பாக்டீரியா கிருமி என்பதைக் கண்டறிந்தார். தொடர்ந்து செய்த ஆராய்ச்சியில் பாலைப் புளிக்க வைப்பதும் பாக்டீரியாதான், அதற்காகக் குறிப்பிட்ட வெப்பநிலையில் பாலைக் கொதிக்க வைத்து, பின்னர் குளிர வைத்தால் பாக்டீரியாக்கள் அழிந்துவிடும் என்பதையும் கண்டறிந்தார். இதுதான், 'பாஸ்ச்சரைசேஷன்' (பாக்டீரியா நீக்கம்) என்று அழைக்கப்படுகிறது. இன்றுவரை இந்த முறை பின்பற்றப்பட்டுவருகிறது.

இதன் தொடர்ச்சியாக மனித உடலில் நுண்ணுயிர்கள் நுழைவதைத் தடுக்கும் ஆராய்ச்சிகள் மேற்கொள்ளப்பட்டன. தீரா நோய் எனக் கருதப்பட்ட சின்னம்மை நோய் வருவதைத் தடுக்கவும் வந்த பிறகு குணப்படுத்தவும் மருந்துகள் கண்டறியப்பட்டன.

வெப்பத்தால் காசநோய்க் கிருமிகளையும் அழிக்க முடியும் என்பதை ஆராய்ச்சிகள் மூலம் கண்டறிந்தனர். அதன் விளைவாகக் காசநோய்க்கு மருந்து கண்டறியப்பட்டது.

பிரான்சில் பட்டுப்புழுவை மர்ம நோய் தாக்கியது. ஐரோப்பா முழுவதும் அந்நோய் பரவியது. அதில் நோயை ஏற்படுத்தும் கிருமிகளை முதலில் அடையாளம் கண்டார். அவற்றின் தாக்கத்தைத் தடுக்கும் முறையை உருவாக்கினார். இதைத் தொடர்ந்து விலங்குகளின் நோய்கள் பக்கம் திரும்பினார். கோழிகளைத் தாக்கும் காலரா, கால்நடைகளைத் தாக்கும் கோமாரி நோய்கள் மீது கவனம் செலுத்தினார். தடுப்பூசி கண்டறிந்தார். 70 பண்ணை விலங்குகளிடம் சோதனை செய்தார். 12 நாள்கள் இடைவெளியில் இரண்டு தடுப்பூசிகளைப் போட்டார். தடுப்பூசி போடப்பட்ட விலங்குகள் உயிர்பிழைத்தன.

வெறிநாய்க் கடிக்கு மருந்து கண்டறியும் முயற்சியில் இறங்கினார். அதற்குக் காரணமான கிருமி, நாயின் எச்சிலில் இருந்தது. ஆனால், அதிலிருந்துதான் மருந்து எடுக்க முடியும் என நினைத்தார். அதற்காகத் தன் உயிரைப் பொருட்படுத்தாமல் அதன் வாயில் குழாயைச் செருகி எச்சிலை எடுத்தார். மருந்தைக் கண்டறிந்தார். 'ஜோசப் மெய்ஸ்டர்' என்கிற சிறுவனுக்கு முதலில் ரேபிஸ் தடுப்பூசி செலுத்தப்பட்டது. மிகப் பெரிய பிரச்சினைக்கு முற்றுப்புள்ளி வைத்தார்.

1888-இல் 'பாஸ்டர் இன்ஸ்டிடியூட்' என்கிற அமைப்பை பாரிஸில் தோற்றுவித்தார். லூயி பாஸ்டரின் அடிப்படைக் கொள்கைகளைப் பயன்படுத்திப் பிற விஞ்ஞானிகள் ஜன்னி, இளம்பிள்ளைவாதம் போன்ற நோய்களுக்குத் தடுப்பூசிகளைக் கண்டறிந்தனர்.

லூயி பாஸ்டர் பிரான்ஸின் மிகச் சிறந்த குடிமகனாக கௌரவிக்கப்பட்டார். பல்வேறு கல்வி நிறுவனங்கள், ஆராய்ச்சி மையங்கள், கோள், நிலவின் பள்ளங்கள் போன்றவற்றுக்கு லூயி பாஸ்டரின் பெயர் சூட்டப்பட்டிருக்கிறது.

இன்றைய மக்களின் ஆயுள்காலம் அதிகரித்திருப்பதில் லூயி பாஸ்டரின் பங்கு முக்கியமானது. தன் வாழ்நாள் முழுக்க மக்களின் நலனுக்காகவே உழைத்த லூயி பாஸ்டர், 1896, செப்டம்பர் 28 அன்று 73ஆம் வயதில் மறைந்தார்.

ரைட் சகோதரர்கள் – 13

பறவையைப் பார்த்துப் பறக்க ஆசைப்பட்டனர். கண்ட கனவுக்காகப் பல ஆண்டுகள் உழைத்தனர். சோதனை என்கிற பெயரில் பயமின்றித் தங்கள் உயிரைப் பணயம் வைத்தனர். இறுதியில் தங்கள் கனவை நிஜமாக்கினர். அவர்கள்தான் விமான உருவாக்குதலில் வெற்றி பெற்ற ரைட் சகோதரர்கள்.

வில்பர் ரைட் (1867 ஏப்ரல் 16), ஆர்வில் ரைட் (1871 ஆகஸ்ட் 19) அமெரிக்காவில் பிறந்தனர். தந்தை மில்டன் ரைட் தேவாலயத்தின் பாதிரியார். இதனால் குடும்பம் அடிக்கடி இடம்பெயர்ந்தது. ஓரடி நீளம் கொண்ட பறக்கும் ஹெலிகாப்டர் பொம்மை ஒன்றை தந்தை வாங்கிக் கொடுத்தார். அந்தப் பொம்மை மீது வில்பருக்கும் ஆர்விலுக்கும் ஆர்வம் அதிகம் இருந்தது. அந்தப் பொம்மையைப் போல் பெரிய அளவில் ஒரு வாகனத்தை உருவாக்கி, பறக்க வைக்க வேண்டும் என்று நினைத்தனர். மரம், கம்பி, உலோகக் குழாய்களை வைத்து அந்த வயதிலேயே முயன்று பார்த்தனர்.

விபத்தில் காயமடைந்ததால் வில்பரால் கல்லூரிக்குச் செல்ல முடியவில்லை. ஆனால் ஏராளமான நூல்களைப் படித்தார். தந்தையின் தேவாலயப் பிரச்சினைக்குத் தீர்வு காண உதவினார். காசநோயால் பாதிக்கப்பட்ட தாயைக் கவனித்துக்கொண்டார்.

பின்னர் அச்சுத் தொழிலில் இறங்கினார். ஆர்விலையும் சேர்த்துக் கொண்டு செய்தித்தாள் வெளியிட்டார். மாத இதழை ஆரம்பித்து இருவரும் நடத்தினர். அந்த அச்சு இயந்திரங்கள் ரைட் சகோதரர்களின் இயந்திர வடிவமைப்பு, தொழில்நுட்பத் திறன் போன்றவற்றுக்குத் தீனியிட்டன.

அடுத்து சைக்கிள் வியாபாரத்தில் இறங்கினர். 1896-இல் சொந்தமாக சைக்கிளை உருவாக்கி விற்பனை செய்தனர். பல எளிய இயந்திரக் கருவிகளை உருவாக்கினர். சைக்கிள் கடையில் கிடைத்த நிதியும் செய்த ஆராய்ச்சியும் அவர்களை மீண்டும் வானூர்தியின் பக்கம் திருப்பியது.

பறக்கும் ஆற்றல் கொண்ட இறக்கைகள், காற்றின் வழியாக நகர்த்துவதற்குத் தேவையான உந்துவிசை, அதைச் செலுத்துவதற்கான எளிதான இயந்திரம் போன்றவற்றை உருவாக்கினர். விமானம் பறக்கும் உயரத்தையோ திசையையோ விமானி நினைத்தால்தான் மாற்ற வேண்டும். அதற்கு இறக்கைகளின் மையத்தைத் துல்லியமாகக் கையாள வேண்டும்.

1900-இல் கிளைடரை உருவாக்கினர். அதைச் சோதனை செய்ய உயரமான, காற்றோட்டமான இடத்தைத் தேர்ந்தெடுத்தனர். எதிர்பார்த்த வெற்றி கிடைக்கவில்லை. அதற்காக மனம் தளரவில்லை. மேலும் நான்கு ஆண்டுகள் தங்கள் வடிவமைப்பில் பல்வேறு மாற்றங்கள் செய்து சோதனை செய்தனர்.

வட கரோலினாவில் உள்ள டெவில் மலையில் 1903 டிசம்பர் 14- இல் விமானம் பறக்கத் தயாரானது. சகோதரர்களில் யார் செலுத்துவது என்று நாணயம் சுண்டிப் பார்த்ததில், வில்பர் வென்றார். அதில் அமர முடியாது. குப்புறப் படுத்துக்கொண்டு கை, கால்களால் விமானத்தைச் செலுத்த வேண்டும். விமானம் துளியும் நகரவில்லை. அவர்கள் அப்போதும் மனம் தளரவில்லை.

அடுத்த மூன்று நாள்களில் மேலும் சில மாற்றங்களைச் செய்தனர். டிசம்பர் 17-இல் மீண்டும் விமானம் தயாரானது. ஆர்வில்

படுத்துக்கொண்டு விசையை இழுத்தார். விமானம் ஆடி ஆடி, புகை விட்டுக்கொண்டு மெதுவாக மேலே எழுந்தது. 12 நொடிகள் பறந்தது! 120 அடி தூரத்துக்கு அப்பால் பத்திரமாகத் தரை இறங்கியது.

அப்படிப் பறந்த அந்த 12 விநாடிகள்தான் வான்வழிக்கு அடிகோலிய நேரம். ஆர்விலும் வில்பரும் பலமுறை பறந்து சோதனை செய்தனர். வில்பர் நான்காவது முறையாக முயற்சி செய்தபோது, 59 நொடிகளில் 852 அடி உயரத்துக்குப் பறந்தார்.

விமானத்தை மாற்றி, மாற்றி மேலும் மேம்படுத்தினர். காப்புரிமை பெற்றனர். 1908-இல் அமெரிக்க ராணுவத்துடன் விமான ஒப்பந்தத்தில் கையெழுத்திட்டனர். பிரெஞ்சு நாட்டுடன் இரண்டாவது ஒப்பந்தத்தில் கையெழுத்திட்டனர். இந்த வெற்றியின் வளர்ச்சிதான் தற்போது நடைமுறையில் உள்ள விமானங்கள்.

மே 30, 1912-இல் வில்பர் ரைட் மறைந்தார். ஆர்வில் ஜனவரி 30, 1948-இல் மறைந்தார். இவர்கள் முதன் முதலில் வடிவமைத்துப் பயணம் செய்த அந்த விமானம், வாஷிங்டன் அருங்காட்சியகத்தில் உள்ளது.

மைக்கேல் ஃபாரடே – 14

வேதியியலாளராகவும் இயற்பியலாளராகவும் முக்கியமான பங்களிப்பைச் செய்திருக்கிறார் மைக்கேல் ஃபாரடே. மின்காந்தவியல், மின்வேதியியல் துறைகளில் இவர் அளித்த பங்களிப்பின் காரணமாக, மிகச் சிறந்த விஞ்ஞானிகளில் ஒருவராகக் கொண்டாடப்படுகிறார். இவர் முயற்சியின் காரணமாகவே மின்சாரம் பொது பயன்பாட்டுக்கு வந்திருக்கிறது.

1791, செப்டம்பர் 22 அன்று இங்கிலாந்தில் பிறந்தார். தந்தை குதிரைக்கு லாடம் அடிப்பார். அந்த வருமானத்தில் தந்தையால் ஃபாரடேவுக்குக் கல்வியை அளிக்க முடியவில்லை. அதனால் அவரே தம் கல்வியைப் பார்த்துக்கொண்டார்.

14 வயதில் புத்தகக் கடையில் வேலைக்குச் சேர்ந்தார். அங்கு பல புத்தகங்களைப் படிக்கும் வாய்ப்பு கிடைத்தது. வேலை முடித்து வீட்டிற்கு வந்தால், படித்த அறிவியல் சோதனைகளைச் செய்து

பார்த்தார். இப்படியாக அறிவியல் அறிவைப் படிப்படியாக வளர்த்துக்கொண்டார்.

புத்தக விற்பனையிலிருந்து பைண்டிங் பிரிவுக்குப் பதவி உயர்வு கிடைத்தது. அங்கும் பைண்டிங்கிற்கு வந்த அறிவியல் புத்தகங்களைப் படித்தார். புரியாத சந்தேகங்களைக் குறித்துக்கொண்டார். புத்தகத்திற்கு உரியவர் வரும்போது, அவரிடமே சந்தேகங்களை கேட்டார். அப்படியும் தீராத சந்தேகங்கள் இருந்தன.

ஃபாரடேவின் அறிவியல் தாகத்தைத் தீர்க்க நினைத்தார் முதலாளி. ஹம்ப்ரி டேவி என்கிற வேதியியலாளர் ராயல் கழகத்தில் விரிவுரை ஆற்ற இருந்தார். அந்தக் கூட்டத்திற்கு நுழைவுச்சீட்டு வாங்கிக் கொடுத்தார் முதலாளி. ஃபாரடே அதில் கலந்துகொண்டார். டேவி பேசிய அனைத்தையும் குறிப்பெடுத்தார். அதை பைண்டிங் செய்து அவருக்கே அனுப்பி வைத்தார். அதில் வேலை கேட்டு ஒரு கடிதத்தையும் வைத்திருந்தார். குறிப்புகளைப் படித்துப் பார்த்த டேவி, ஃபாரடேயின் விருப்பப்படி உதவியாளராகச் சேர்த்துக்கொண்டார்.

ஒரு வருடத்தில் டேவி தன் மனைவியுடன் ஐரோப்பா புறப்பட்டார். அந்தப் பயணத்தில் ஃபாரடேவையும் இணைத்துக்கொண்டார். பிரான்ஸ், சுவிட்சர்லாந்து, இத்தாலி, பெல்ஜியம் உள்ளிட்ட நாடுகளில் பல புகழ்பெற்ற விஞ்ஞானிகளைச் சந்தித்தனர். அவர்களின் திறனை அருகில் இருந்து கவனித்தார் ஃபாரடே. அனுபவங்களை உள்வாங்கிக்கொண்டார். இரண்டு ஆண்டுகள் கழித்து நாடு திரும்பினர். ராயல் நிறுவனத்தில் தொடர்ந்து பணியாற்றினார்.

ஃபாரடே வேதியியல் பகுப்பாய்வுகள், ஆய்வக நுட்பங்களில் முழுமையாகத் தேர்ச்சி பெற்றார். டேவியின் ஆராய்ச்சிக்கு உதவி செய்து கொண்டே தனிப்பட்ட முறையில் தமது ஆராய்ச்சியையும் தொடர்ந்தார். புதிய கரிம சேர்மங்களைக் கண்டறிந்தார். வேதியியல் பகுப்பாய்வாளராகப் புகழ்பெற்றார். தனக்குக் கிடைத்த வாய்ப்புகளால் விஞ்ஞானிகளை வழிநடத்தும் அளவுக்குத் தேர்ச்சி பெற்றார்.

1821-இல் மின்காந்த சுழற்சி பற்றிய கட்டுரையை வெளியிட்டார். அது பலருடைய கவனத்தைக் கவர்ந்தது. காந்தப்புலத்திலிருந்து மின்னோட்டத்தைத் தயாரித்தார். மின் மோட்டாரையும்

டைனமோவையும் கண்டறிந்தார். மின்சாரத்திற்கும் ரசாயனப் பிணைப்பிற்கும் உள்ள தொடர்பை நிரூபித்தார். ஒளியில் காந்த விளைவைக் கண்டறிந்தார்.

1826 முதல் வெள்ளிக்கிழமைகளில் ராயல் கழகத்தில் சொற்பொழிவு ஆற்ற ஆரம்பித்தார். அதே ஆண்டு கிறிஸ்துமஸ் விரிவுரையையும் தொடங்கி வைத்தார். இன்றுவரை ராயல் கழகத்தில் இந்த இரண்டு பழக்கங்களும் தொடர்கின்றன.

1831-இல் மின்மாற்றியைக் கண்டறிந்தார். அதைத் தொடர்ந்து ஜெனரேட்டரின் பின்னணியில் உள்ள மின்காந்தத் தூண்டலைக் கண்டறிந்தார். இந்தக் கண்டறிதல்தான் மின்துறையில் சக்திவாய்ந்த புதிய தொழில்நுட்பமாக மாறியது. மின்சாரம் பற்றிய கருத்துகளைத் தொடர்ந்து ஆராய்ச்சி செய்து மேம்படுத்தினார். மின் கட்டணத்திற்கும் மின் கொள்ளளவுக்கும் யூனிட்டை பயன்படுத்தினார்.

டிரினிட்டி ஹவுஸின் அறிவியல் ஆலோசகர், ராயல் மிலிட்டரி அகாடமியில் வேதியியல் பேராசிரியர் எனப் பல பதவிகள் ஃபாரடேவைத் தேடிவந்தன. ஒருமுறை விஞ்ஞானி ஹம்ப்ரி டேவியிடம் உங்கள் கண்டறிதலில் எதைச் சிறப்பாகக் கருதுகிறீர்கள் என்று கேட்டனர். அதற்கு, “மைக்கேல் ஃபாரடே” என்று பதிலளித்தார் டேவி.

ஆகஸ்ட் 25, 1867-இல் தன் 77-வயதில் ஃபாரடே மறைந்தார். எளிய முறையில் ஆரம்பித்த அவரின் வாழ்க்கை, அவர் கேட்டுக்கொண்டதற்கு இணங்க எளிய முறையில் அடக்கம் செய்யப்பட்டது. சாதனையாளராக உருவாக ஆர்வமும் விடா முயற்சியும் இருந்தால் போதும், வறுமையோ உயர்கல்வியோ தடையில்லை என்பதை உணர்த்தியிருக்கிறது மைக்கேல் ஃபாரடேயின் வாழ்க்கை.

ஜெகதீஷ் சந்திர போஸ் – 15

தாவரங்களுக்கு உணர்வு உண்டு என்பதை நிரூபித்ததன் மூலம் அறிவியல்ரீதியாக உலகின் கவனத்தை இந்தியாவின் பக்கம் திருப்பியவர் ஜெகதீஷ் சந்திர போஸ்.

1858 நவம்பர் 30 அன்று இன்றைய வங்கதேசத்தில் பிறந்தார். சிறுவனாக இருந்தபோதே போஸ் எதையும் கூர்மையாக உற்று நோக்குவார். ஏன், எதற்கு, எப்படி என்று கேள்வி கேட்டு, தெரிந்துகொள்வதில் ஆர்வமாக இருந்தார். போஸின் தந்தை மருத்துவர் என்பதால் மகனின் ஆர்வத்தை ஊக்குவித்தார்.

கொல்கத்தாவில் உள்ள சேவியர் கல்லூரியில் படித்தார். பின்னர் இங்கிலாந்தில் கேம்பிரிட்ஜ் பல்கலைக்கழகத்தில் படிக்கச் சென்றார். அப்போது தாவரவியல், விலங்கியலில் அதிக ஆர்வம் காட்டினார். லார்டு ரிலே என்கிற விஞ்ஞானியின் நட்பு கிடைத்தது. அவரின் வழிகாட்டலால் தாவரங்களைப் பற்றிய நுண்ணிய ஆராய்ச்சியில் ஈடுபட்டார்.

படிப்பு முடிந்து நாடு திரும்பியவர் கொல்கத்தாவில் உள்ள பிரசிடென்சி கல்லூரியில் இயற்பியல் பேராசிரியராகப் பணியில் சேர்ந்தார். அதோடு ஆராய்ச்சியையும் தொடர்ந்தார்.

இந்தியர்கள் அறிவியல் துறையில் பின்தங்கியவர்கள் என்று கருதிய ஆங்கிலேய அரசு, அதே வேலை செய்த ஆங்கிலேயர்களுக்கு அளித்த சம்பளத்தில் மூன்றில் ஒரு பங்கு சம்பளத்தையே போஸுக்குக் கொடுக்க முன்வந்தது. தன்மானத்தை விட்டுக் கொடுக்காத போஸ், தனக்குச் சம்பளமே வேண்டாம் என்று சொல்லிவிட்டார். 3 ஆண்டுகள் சம்பளம் இன்றிச் சிறப்பாக வேலை செய்தார். அவர் திறமையைப் பார்த்த கல்லூரி நிர்வாகம், ஆங்கிலேயருக்கு நிகரான முழு ஊதியத்தைத் தர முன்வந்தது. அதோடு மூன்று ஆண்டுகள் அவருக்குக் கிடைக்க வேண்டிய ஊதியத்தையும் அளித்தது.

அந்தத் தொகையை வைத்து போஸ் ஓர் அறிவியல் ஆய்வுக் கூடத்தை நிறுவினார். அங்கு தாவரவியல், இயற்பியல் ஆராய்ச்சிகளில் ஈடுபட்டார். ரேடியோ அலைகளைப் பற்றி ஆராய்ச்சி செய்தார். 3 கி.மீ. தொலைவுக்குத் தந்தி இல்லாமல் ரேடியோ அலைகளைக் கடத்திக் காட்டினார். மார்கோனிக்கு முன்னரே கம்பியில்லா ஒலிபரப்பை போஸ் உருவாக்கினார். அறிவியல் உலகம் அதைக் கண்டுகொள்ளவில்லை. காப்புரிமை பெற்று, உரிமை கொண்டாடும் முயற்சியிலும் போஸ் இறங்கவில்லை. நூறு ஆண்டுகள் கழித்து வானொலி அறிவியலின் முன்னோடியாக போஸை ஏற்றுக்கொண்டனர்.

போஸ் மிகக் குறைந்த அலை நீளமுடைய நுண்ணலைகளை உருவாக்கும் ஓர் இயந்திரத்தை உருவாக்கினார். கணிப்பொறி அறிவியலின் ஆரம்பகால ஆய்வாளர்களில் போஸும் ஒருவர்.

தாவரங்களுக்கு உணர்வு உண்டு என்று நம்பினார். அதன் அசைவுகளையும் சலசலப்புகளையும் அளக்கும் நுண்ணிய உணர் கருவிகளைக் கண்டறிந்தார். அவற்றைக் கொண்டு தாவரங்களின் மீது சோதனை நடத்தினார். அந்தச் சோதனைகள் மூலம் வெப்பம், குளிர், ஒலி, ஒளி போன்ற புறத்தூண்டுதல்களைப் பதிவு செய்தார். அவை மனிதர்களையும் விலங்குகளையும் பாதிப்பது போல் தாவரங்களையும் பாதிக்கின்றன என்பதை உறுதிப்படுத்தினார்.

புறத்தூண்டுதல்களுக்குத் தாவரங்கள் எவ்வளவு பொறுமையுடன் நடந்துகொள்கின்றன என்று ஒரு சொற்பொழிவை நிகழ்த்தினார். போஸின் முடிவுகளை உலகம் வரவேற்றுப் பாராட்டியது.

தம் ஆராய்ச்சிகளின் முடிவை வைத்து *Response in the Living and Non living, Nervous mechanism of Plants* ஆகிய நூல்களை எழுதினார். இந்த நூல்கள் போஸுக்கு உலக அளவில் புகழைத் தேடிக்கொடுத்தன.

பிரிட்டிஷ் அரசு போஸை கௌரவிக்கும் வகையில் சர் பட்டம் வழங்கியது. 1920-இல் லண்டன் ராயல் கழகத்தின் நிரந்தர உறுப்பினரானார் போஸ்.

ஆண்டு வருமானத்தில் ஐந்தில் ஒரு பங்கைத் தன் அத்தியாவசியத் தேவைக்கு வைத்துக்கொண்டு, மீதியை அறிவியல் பயிலும் மாணவர்களுக்குக் கொடுத்தார். 1937 நவம்பர் 23 அன்று 79 ஆம் வயதில் மறைந்தார்.

எட்வர்டு ஜென்னர்—16

நோய் வந்த பிறகு சிகிச்சை அளிப்பதைவிட, நோய்களை வரவிடாமல் தடுப்பதே சிறந்தது. அப்படிப்பட்ட நோய்களில் ஒன்றான பெரியம்மையை ஒழித்தவர் எட்வர்டு ஜென்னர்.

1749, மே 17 அன்று இங்கிலாந்தில் பிறந்தார் ஜென்னர். 14 வயதில் டேனியல் லுட்லோ என்கிற அறுவைச் சிகிச்சை நிபுணரிடம் பயிற்சிக்காகச் சேர்ந்தார். 7 ஆண்டுகள் பயிற்சி பெற்றார். அறுவைச் சிகிச்சை நிபுணராவதற்குத் தேவையான அனுபவத்தைப் பெற்றார்.

1770-இல் லண்டனில் உள்ள செயின்ட் ஜார்ஜ் மருத்துவமனையில் சேர்ந்தார். 1792-இல் செயின்ட் ஆண்ட்ரூஸ் பல்கலைக்கழகத்தில் மருத்துவப் பட்டம் பெற்றார்.

ஜென்னர் சிறுவயதிலிருந்தே எதையும் கூர்ந்து கவனிப்பார். ‘கௌபாக்ஸ்’ என்பது மாடுகளின் மடிகளில் ஏற்படக்கூடிய

கொப்புளம். பால் கறக்கும் பெண்களுக்கு அந்த நோய் பரவும். ஆனால், அவ்வளவாகத் தொந்தரவு செய்யாது. கௌபாக்ஸ் வந்தால் பெரியம்மை நோய் வராது என்பது கிராம மக்களின் நம்பிக்கை. எனவே பெரியம்மை வராமலிருக்க கௌபாக்ஸை வலிந்து ஏற்படுத்திக்கொண்டனர்.

இந்தக் கருத்தை மருத்துவர்கள் பாமரத்தனம் என ஏற்க மறுத்தனர். ஆனால், சிறுவயதிலிருந்து இந்த நம்பிக்கையை அறிந்த ஜென்னர், அதில் உண்மை இருக்குமா என்று ஆராயத் தொடங்கினார். ஓரிரண்டு ஆண்டுகள் அல்ல 20 ஆண்டுகள் தொடர்ந்து ஆராய்ச்சி செய்தார். கிராம மக்களின் நம்பிக்கை உண்மை என்று கண்டறிந்தார்.

அதை நிரூபித்தாக வேண்டும். 1796, மே 16 இல் ஜேம்ஸ் ஃபிப்ஸ் என்கிற 8 வயதுச் சிறுவன் மீது சோதனை செய்தார். பண்ணையில் வேலை செய்த ஒரு பெண்ணின் கௌபாக்ஸ் கொப்புளத்திலிருந்து எடுத்த நீர்மத்தை ஜேம்ஸின் உடலுக்குள் செலுத்தினார். எதிர்பார்த்தது போல் அந்தச் சிறுவனுக்கு கௌபாக்ஸ் வந்தது. ஒரு வாரத்தில் குணமானான். சில வாரங்கள் கழித்து அதே சிறுவனின் உடலில் பெரியம்மை நீர்மத்தை ஊசி மூலம் செலுத்தினார்.

உயிரோடு விளையாடுவதாக மற்ற மருத்துவர்கள் குற்றம் சாட்டினர். ஆனால், அந்தச் சிறுவனுக்குப் பெரியம்மை ஏற்படவில்லை. உலகத்துக்குப் பெரியம்மைக்கான தடுப்பூசி கிடைத்தது. பரவலாக இந்தத் தடுப்பூசியை ஏற்கவில்லை. எதிர்ப்புகள் கிளம்பின.

பசுக்களிடமிருந்து வந்த கிருமிகள் என்று மக்களிடையே அச்சத்தை ஏற்படுத்தினர். விலங்கு பொருள்களால் சிகிச்சை அளிக்க மாட்டார்கள் என்றனர். மத அடிப்படையில் பெரியம்மை தடுப்பூசியை எதிர்த்தனர். ஆனால், இதுதான் பாதுகாப்பான முறை என்று அரசு பாராளுமன்றச் சட்டத்தின் மூலம் அங்கீகரித்தது.

ராணுவத்திலும் கடற்படையிலும் அம்மைகுத்துவது கட்டாயமாக்கப்பட்டது. அதன் பிறகுதான் அம்மைகுத்தும் முறை விரைவாகப் பரவியது. தனது கண்டுபிடிப்புக்கு ஜென்னர் காப்புரிமை பெறவில்லை. ஏழைகளுக்கு இலவசமாக வழங்கினார். ஒவ்வொரு நாளும் அவர் வீட்டில் மக்கள் கூடுவர். முன்னூறு பேர் வரைக்கும் தடுப்பூசி போட்டுவிட்டார்.

இந்தச் சேவையைப் பாராட்டி அரசு 1802-இல் பத்தாயிரம் பவுண்டு பரிசு கொடுத்தது. நான்காண்டுகள் இடைவெளியில் மீண்டும் இருபதாயிரம் பவுண்டு சன்மானம் அளித்தது. இதை வைத்து 1808-இல் தேசியத் தடுப்பூசிக் கழகத்தைத் தோற்றுவித்தார் ஜென்னர்.

தன் ஆராய்ச்சிகளை 'அம்மை நோயின் காரணங்களும் விளைவுகளும்' என்கிற நூலாக வெளியிட்டார். லத்தீன் மொழியில் பசுவுக்கு 'வக்கா' என்று பெயர். வக்காவிலிருந்து தடுப்பூசி வந்ததால் 'வக்காசீன்.' அதுவே பின்னர் 'வாக்சீன்' ஆக மாறியது.

அம்மையை ஒழித்தவர் என உலகம் பாராட்டியது. பிரான்ஸ் உள்பட அடுத்தடுத்த நாடுகளில் இம்முறை பரவியது. இந்தக் கண்டுபிடிப்பால் மாவீரன் நெப்போலியன், ஜென்னர் மீது மிகுந்த மரியாதை கொண்டார். இதை வைத்து ஜென்னர் தன் நாட்டுக் கைதிகள் சிலரை நெப்போலியனிடமிருந்து விடுவித்தார்.

1823, ஜனவரி 26 அன்று 73 வயதில் மரணமடைந்தார். 1980-இல் அம்மை நோய் முற்றிலும் ஒழிக்கப்பட்டதாக உலக சுகாதார நிறுவனம் அறிவித்தது. ஜென்னரின் கூர்ந்து கவனிக்கும் பண்பு, எடுத்துக் கொண்ட செயலுக்காகச் செய்யும் முயற்சி, சமகால மருத்துவர்கள் எச்சரித்தும் தளராத நம்பிக்கை போன்றவற்றால் பெரியம்மை நோய் ஒழிக்கப்பட்டது. இன்று 'நோய் எதிர்ப்பு அறிவியலின் தந்தை' என்று எட்வர்டு ஜென்னர் நினைவு கூரப்படுகிறார்.

ரோசலிண்ட் ஃபிராங்க்ளின் – 17

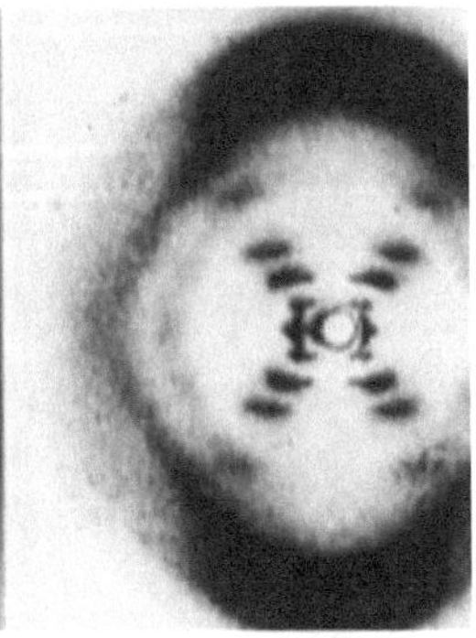

டி.என்.ஏ மூலக்கூறு அமைப்பு என்றதும் இரண்டு ரிப்பன்கள் பின்னிப் பிணைந்தது போன்ற அமைப்பு நினைவுக்கு வரும். கூடவே வாட்சன், கிரிக்கும் வருவார்கள். ஆனால் அவர்களுக்குப் பின்னால் வெளியே தெரியாத ஒரு பெண் விஞ்ஞானி இருந்தார். அவர் பெயர் ரோசலிண்ட் ஃபிராங்க்ளின்.

இயற்பியலாளர், வேதியியலாளர், மூலக்கூறு உயிரியல் மற்றும் எக்ஸ் கதிர் படிக வரைவி நிபுணர். மரபணு, வைரஸ், நிலக்கரி, கிராபைட் ஆகியவற்றின் வடிவமைப்பைக் கண்டறிந்ததில் பெரும் பங்காற்றியவர் ரோசலிண்ட்.

1920, ஜூலை *25* அன்று லண்டனில் பிறந்தார். பள்ளியில் படிப்பு, விளையாட்டு இரண்டிலும் சிறந்து விளங்கினார். ரோசலிண்டின் தந்தை தன் பிள்ளைகளுக்குப் பாடம் சொல்லிக் கொடுப்பார். மற்ற குழந்தைகள் வரலாற்றுப் பாடத்தில் ஆர்வம் காட்ட, ரோசலிண்ட் மட்டும் அறிவியலில் ஆர்வமாக இருந்தார்.

கல்லூரிப் படிப்பில் அறிவியலைத் தேர்ந்தெடுத்தார் ரோசலிண்ட். 1938-இல் கேம்பிரிட்ஜ் பல்கலைக்கழகத்தின் நியூன்ஹாம் கல்லூரியில் இயல் வேதியியல் படிப்பில் சேர்ந்தார். 1941-இல் படிப்பை முடித்ததும், அதே கல்லூரியில் ஆராய்ச்சி செய்ய உதவித் தொகையுடன் வேலையும் கிடைத்தது.

சிறிது காலத்தில் ரோசலிண்டுக்கு பிரிட்டிஷ் நிலக்கரி பயன்பாட்டு ஆராய்ச்சி நிறுவனத்தின் உதவி ஆராய்ச்சியாளர் பணி கிடைத்தது. கிடைத்த உதவித் தொகையை விட்டு இந்த வேலைக்கு மாறினார். இங்கு வேலை செய்துகொண்டே நிலக்கரி கார்பன் வேதியியலில் முனைவர் பட்டம் பெற்றார். நிலக்கரி கார்பன் குறித்து 19 ஆராய்ச்சிக் கட்டுரைகள் எழுதி வெளியிட்டார்.

முனைவர் பட்டம் முடித்த பிறகு பாரிஸில் உள்ள மாநில ரசாயன ஆய்வகத்தில் வேலைக்குச் சேர்ந்தார். அங்கு ஜாக் மெரிங் என்பவருடன் இணைந்து எக்ஸ்ரே சம்பந்தமான ஆராய்ச்சிகளில் ஈடுபட்டார். எக்ஸ்ரே படிகவியல் தொழில்நுட்பத்தில் நிபுணத்துவம் அடைந்தார் ரோசலிண்ட்.

1950-இல் லண்டன் கிங்ஸ் கல்லூரியில் வேலை கிடைத்தது. வேலையுடன் சேர்த்து டி.என்.ஏ. ஆராய்ச்சியில் ஈடுபட்டார். மாரிஸ் வில்கின்ஸ் என்பவரும் டி.என்.ஏ. ஆராய்ச்சியில் ஈடுபட்டிருந்தார். இருவருக்கும் இடையே கருத்து வேறுபாடு ஏற்பட்டது.

ரோசலிண்ட் தன் டி.என்.ஏ. ஆராய்ச்சியின்போது அதை முதன் முதலாகப் படம் எடுத்தார். ரோசலிண்டின் நிபுணத்துவ எக்ஸ்ரே படிகவியல் திறனே அதற்குக் காரணம். அந்த டி.என்.ஏ. மூலக்கூறில் ஏ, பி என்று இரண்டு மூலக்கூறுகள் இருப்பதைக் கண்டறிந்தார். இரட்டை அமைப்பு கொண்ட டி.என்.ஏ. இழைகளின் அடிப்படைப் பரிமாணங்களைக் கண்டறிந்தார். டி.என்.ஏ. குறித்து அடுத்தடுத்து ஐந்து ஆய்வுக் கட்டுரைகளை எழுதி அனுப்பினார். இருப்பினும் வில்கின்ஸுடனான தொடர் கருத்து வேறுபாட்டால் கல்லூரியை விட்டு வெளியேறினார் ரோசலிண்ட்.

அதே நேரத்தில்தான் ஜேம்ஸ் வாட்சன், பிரான்சிஸ் கிரிக் இருவரும் சேர்ந்து டி.என்.ஏ. அமைப்பை ஆராய்ச்சி செய்தனர். ரோசலிண்டின் டி.என்.ஏ. படம் உள்ளிட்ட ஆராய்ச்சிக் கட்டுரை வில்கின்ஸ் மூலம் வாட்சன், கிரிக்கிற்குக் கிடைத்தது.

வாட்சன், கிரிக் இருவரின் சந்தேகங்களுக்கும் ரோசலிண்ட் எடுத்த படம் விளக்கம் அளித்தது. இருவரும் மேலும் ஆராய்ச்சி செய்து மரபணு குறித்த செய்திகளைக் கண்டறிந்தனர். மேம்படுத்திய ஆய்வுக் கட்டுரைகளாக வெளியிட்ட வாட்சன், கிரிக் இருவருக்கும் பெயரும் புகழும் கிடைத்தன.

நடந்த எதுவும் ரோசலிண்டிற்குத் தெரியாது. பிர்க் பக் ஆராய்ச்சிக் கூடத்தில் புகையிலை வைரஸ் குறித்த ஆராய்ச்சியில் ஈடுபட்டிருந்தார். வைராலஜி என்கிற துறை தோன்ற அடித்தளமான ஆராய்ச்சிகளைச் செய்தார். வைரஸ் குறித்து 21 ஆய்வுக் கட்டுரைகளை எழுதினார்.

45 ஆய்வுக் கட்டுரைகள் எழுதியவருக்கு உரிய அங்கீகாரம் கிடைக்கவில்லை. ரோசலிண்டிற்குக் கருப்பைப் புற்றுநோய் ஏற்பட்டது. 1958, ஏப்ரல் 16 அன்று 38ஆம் வயதில் மறைந்தார். அதன் பிறகே டி.என்.ஏ. மூலக்கூறு அமைப்பு கண்டறிந்ததில் பாதிக்கும் மேற்பட்ட உழைப்பைச் செலுத்தியது ரோசலிண்ட் என்கிற உண்மையை மூவரும் வெளி உலகிற்குச் சொன்னார்கள்.

ரோசலிண்ட் இறந்த நான்கு ஆண்டுகளில் டி.என்.ஏ.வின் இரட்டை வடிவமைப்பைக் கண்டறிந்ததற்காக வாட்சன், கிரிக், மாரிஸ் வில்கின்ஸ் மூவருக்கும் நோபல் பரிசு அறிவிக்கப்பட்டது. அவர்கள் ரோசலிண்டுடன் சேர்ந்து நோபல் பரிசைப் பகிர்ந்துகொள்ள விருப்பம் தெரிவித்தனர். ஆனால், நோபல் பரிசு உயிருடன் இருப்பவருக்கு வழங்கப்படுவதால் ரோசலிண்ட் பெயர் ஏற்கப்படவில்லை. எனவே 'தி டார்க் லேடி ஆஃப் டி.என்.ஏ.', 'மறக்கப்பட்ட விஞ்ஞானி' போன்ற பெயர்களால் ரோசலிண்ட் அழைக்கப்படுகிறார்.

சர் சி.வி.ராமன் – 18

அறிவியல் துறையில் நோபல் பரிசு பெற்ற முதல் ஆசியர், முதல் இந்தியர் என்ற பெருமைக்கு உரியவர் சந்திரசேகர வெங்கட ராமன். (சர்.சி.வி. ராமன்). இவரின் புகழ்பெற்ற ஆராய்ச்சி 'ராமன் விளைவு'. இதைக் கண்டறிந்த நாளான பிப்ரவரி 28 -ஐ 'தேசிய அறிவியல் தினம்' ஆக இந்தியா கடைப்பிடிக்கிறது.

1888, நவம்பர் 7 அன்று திருச்சியிலுள்ள திருவானைக்காவலில் பிறந்தார் ராமன். தந்தை சந்திரசேகர் ஆசிரியராக இருந்தார். பின்னர் விசாகப்பட்டினத்தில் கல்லூரி விரிவுரையாளராகப் பணியாற்றியதால் குடும்பம் அங்கே சென்றது. விசாகப்பட்டினத்தில் பள்ளிப் படிப்பை முடித்தார்.

1904-இல் சென்னை பிரசிடென்சி கல்லூரியில் பி.ஏ. படிப்பை முடித்தார். இயற்பியலில் முதல் இடத்தையும் தங்கப் பதக்கத்தையும்

பெற்றார். 1907-இல் அதிக மதிப்பெண்களைப் பெற்று முதுகலையும் முடித்தார்.

மாணவராக இருந்த காலத்திலேயே ஒளியியல், ஒலியியல் இரண்டிலும் ஆராய்ச்சி செய்து, ஆய்வுக் கட்டுரைகளை வெளியிட ஆரம்பித்தார் சி.வி.ராமன். 1907-இல் நிதித்துறையில் தேர்வு எழுதி முதலிடம் பெற்றார். கொல்கத்தாவில் கணக்குத் துறை தலைமை அலுவலராக வேலை செய்தார். அங்கு அவருடைய பெரும்பான்மை நேரத்தை அலுவலகப் பணிகளே எடுத்துக் கொண்டன.

1919-இல் கொல்கத்தாவில் உள்ள இந்திய அறிவியல் சங்கத்தின் கௌரவச் செயலாளரானார். அப்போதுதான் மீண்டும் ஆராய்ச்சியைத் தொடர்வதற்கான வாய்ப்பு கிடைத்தது.

கடல் ஏன் நீல நிறமாக இருக்கிறது என்று யோசித்தார். வானத்தின் நீலத்தைக் கடல் பிரதிபலிப்பதால் கடல் நீலமாக இருக்கிறது என்பது ராலேயின் முடிவு. இந்தப் பதில் ராமனுக்குத் திருப்தியாக இல்லை. எனவே அது குறித்து தொடர்ந்து ஆராய்ச்சி செய்தார்.

ஒளி ஓர் ஒளிபுகும் ஊடகத்தின் வழியே செல்லும்போது, சிதறடிக்கப்பட்டு அதன் அலைநீளத்தில் மாறுதல் ஏற்படுகிறது. இதுவே 'ராமன் சிதறல்' *(Raman Scattering)* அல்லது 'ராமன் விளைவு' *(Raman Effect)* என அழைக்கப்படுகிறது. இவ்வாறு உள்புகும் ஒளியில் உள்ள போட்டான்களுக்கும் மூலக்கூறுகளுக்கும் இடையே ஆற்றல் பரிமாற்றம் நிகழும்போது வெளிவரும் ஒளியின் அலைநீளம் மாறுகிறது. இந்தக் கண்டறிதலை 1928, பிப்ரவரி 28 அன்று ராமன் வெளியிட்டார். இந்த நாளைத்தான் 1987ஆம் ஆண்டு முதல் 'தேசிய அறிவியல் தினம்' என்று கடைப்பிடித்து வருகிறோம்.

மருத்துவத் துறையில் மருந்துகள் பகுப்பாய்வு, தொழிற்சாலைகளில் ரசாயனக் கலவைகள், ஜவுளித் துறையில் சாயங்கள் போன்றவற்றில் ராமன் விளைவு பயன்படுகிறது. இதைக் கண்டறிதலுக்காக 1930-இல் இயற்பியலுக்கான நோபல் பரிசைப் பெற்றார் சர் சி.வி.ராமன்.

ராமன் விளைவை அடிப்படையாகக் கொண்டு அடுத்த 12 ஆண்டுகள் உலகம் முழுவதும் 1500 ஆராய்ச்சிக் கட்டுரைகள்

வெளிவந்தன. இந்த ஆய்வுகள் தொழில்துறை வளர்ச்சியில் முக்கியப் பங்காற்றின.

இந்திய இயற்பியல் இதழின் ஆசிரியரானார் ராமன். அதில் அவருடைய பெரும்பாலான ஆய்வுக் கட்டுரைகள் வெளிவந்தன. 1924இல் லண்டன் ராயல் கழகத்தின் உறுப்பினராகத் தேர்ந்தெடுக்கப்பட்டார். 1948-இல் ராமன் ஆராய்ச்சிக் கழகத்தின் இயக்குநரானார். இதற்கு அவரே தன் நிதியிலிருந்து உதவி செய்தார். ராமன் ஆராய்ச்சிக் கழகம் எப்படி நடக்க வேண்டும் என்பதற்கான செயல்முறைகளை வகுத்துக் கொடுத்தார்.

உலகம் முழுவதிலும் இருந்து பல்வேறு விருதுகள் சி.வி.ராமனைத் தேடிவந்தன. 1954-ஆம் ஆண்டு இந்தியாவின் மிக உயர்ந்த விருதான 'பாரத ரத்னா' வழங்கப்பட்டது.

தமது வாழ்நாள்வரை இயற்பியலுக்காகத் தொண்டாற்றிய சி.வி. ராமன் 1970, நவம்பர் 21 அன்று மறைந்தார்.

நீல்ஸ் போர் – 19

அணுவியலில் அடிப்படைக் கருத்தாக்கங்களைக் கொடுத்த மிகச் சிறந்த விஞ்ஞானி நீல்ஸ் போர். அணுவின் அமைப்புக்கு முழு வடிவம் கொடுத்தவர். 1922-இல் இயற்பியலுக்கான நோபல் பரிசைப் பெற்றவர்.

1885, அக்டோபர் 7 அன்று டென்மார்க் நாட்டில் கோபன்ஹேகனில் பிறந்தார் நீல்ஸ் போர். தந்தை எரிக் போர் ஆசிரியர், தாய் எலன் அட்மிராலா.

நீல்ஸ் போர் பள்ளியில் சிறந்த கால்பந்து விளையாட்டு வீரர். இயற்பியல் பிடிக்கும். குறிப்பாக இயற்பியலுக்கான சமன்பாட்டில் அதிக ஆர்வம் உள்ளவர். விளையாட்டு நேரத்திலும் பந்து போடும் கம்பத்தில் சமன்பாடுகளை எழுதிப் பார்ப்பார் நீல்ஸ் போர்.

கோபன்ஹேகன் பல்கலைக்கழகத்தில் இயற்பியல் படிப்பில் சேர்ந்தார். கல்லூரியில் ஆய்வுக்கூட வசதி போதவில்லை. தந்தையின் ஆய்வுக்கூடத்தைப் பயன்படுத்திப் படித்தார். முனைவர் பட்டம் பெற்ற பிறகு, ராயல் கழகத்தின் உறுப்பினரானார் நீல்ஸ் போர்.

'போர்ஸ் நிறுவனம்' என்கிற இயற்பியல் நிறுவனத்தைத் தொடங்கினார். இளம் இயற்பியலாளர்கள் தங்கள் இயற்பியல் முயற்சிகளைப் பற்றிப் பேசவும், அவற்றைச் சோதித்துப் பார்க்கவும் கூடிய நிறுவனமாக அது அமைந்தது.

ஜார்ஜ் ஹெவ்சி, டிர்க் கோஸ்டர் ஆகிய இருவரும் சேர்ந்து, போர்ஸ் நிறுவனத்தில் ஆராய்ச்சி செய்தனர். அணு எண் 72 கொண்ட ஹாஃப்னியம் (கோபன்ஹேகன் என்பதன் லத்தீன் பெயர்) என்கிற தனிமத்தைக் கண்டறிந்தனர். ஹாஃப்னியத்தின் பண்புகளைக் கவனித்து அதன் கட்டமைப்பை உருவாக்கினார் நீல்ஸ் போர். அந்தப் பணிக்காக அவர் பெயரில் அந்தத் தனிமத்திற்கு 'போரியம்' என்று பெயரிட்டனர்.

அணுவில் அணுக்கருவைச் சுற்றி எலக்ட்ரான்கள் சுற்றுகின்றன. ஒவ்வோர் அணுவும் தனித்துவமான ஆற்றல் நிலைகளைக் கொண்டது. எலக்ட்ரான்கள் குறிப்பிட்ட ஆற்றல் மட்டத்திலிருந்து மற்ற ஆற்றல் மட்டங்களுக்குத் தாவுகின்றன போன்ற கருத்துகளை முன்வைத்தார் நீல்ஸ் போர். 1922-ஆம் ஆண்டு இவருக்கு இயற்பியலுக்கான நோபல் பரிசு வழங்கப்பட்டது.

இரண்டாம் உலகப்போர் தொடங்கியது. நீல்ஸ் போரை இங்கிலாந்து வரும்படி அழைத்தது அந்நாடு. அணுகுண்டு உருவாக்கும் வேலைக்காக அழைக்கிறார்கள் என்பதை அறிந்த நீல்ஸ் போர், அழைப்பை ஏற்கவில்லை.

1943-க்குப் பிறகு டென்மார்க்கின் நிலைமை மோசமானது. நீல்ஸ் போர் ஜெர்மனியின் நாஜிகளால் கைது செய்யப்படலாம் என்கிற நிலையில் ஸ்வீடனுக்குச் சென்றார். அங்கு மீண்டும் இங்கிலாந்தின் அழைப்பு வந்தது. ராணுவ விமானம் மூலம் லண்டன் கொண்டு செல்லப்பட்டார். நேச நாடுகளின் அணுகுண்டு திட்டம் விளக்கப்பட்டது. நீல்ஸ் போர் தன் நான்காவது மகன் ஆகேவுடன் இணைந்தார்.

அணுக்கருவின் கூட்டு மாதிரிக்காக 1975-இல் நோபல் பரிசைப் பகிர்ந்துகொண்ட மூவரில் நீல்ஸ் போரின் மகன் ஆகே போரும் ஒருவர்.

இரண்டாம் உலகப் போருக்குப் பிறகு நீல்ஸ் போர் டென்மார்க் திரும்பினார். சிறப்பான வரவேற்பு அளிக்கப்பட்டது. பத்திரிகைகள் கொண்டாடின. நீல்ஸ் போர் பெரும்பாலான நேரத்தைத் தமது இயற்பியல் கூடத்திலேயே செலவிட்டார்.

ரிசோவில் அணுசக்தி ஆராய்ச்சி மையம் நிறுவுவதில் பங்கேற்றார். ஜெனீவாவில் CERN (ஐரோப்பிய அணு ஆராய்ச்சி மையம்) அமைப்பை உருவாக்கினார். இது இன்றும் சிறப்பாகச் செயல்பட்டு வருகிறது.

'நோர்டிடா' (நோர்டிக் இன்ஸ்டிடியூட் ஃபார் தியரிட்டிக்கல் ஃபிசிக்ஸ்) உருவாக்கத்திலும் நீல்ஸ் போர் பணியாற்றினார். உலகின் முன்னணி இயற்பியல் நிறுவனங்களை உலகிற்குக் கொடுத்த நீல்ஸ் போர், நவம்பர் 18, 1962-இல், தமது 77-ஆம் வயதில் மறைந்தார்.

ஸ்டீபன் ஹாக்கிங் – 20

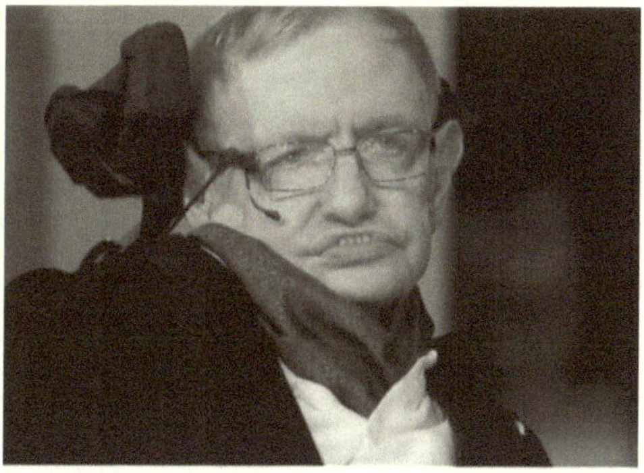

ஸ்டீபன் ஹாக்கிங் ஜனவரி 8, 1942-இல் இங்கிலாந்தில் பிறந்தார். தந்தை ஃபிராங்க் மருத்துவர், தாய் இசபெல். இரண்டாம் உலகப்போரால் ஆக்ஸ்போர்டிற்குக் குடிபெயர்ந்தது குடும்பம். செயின்ட் ஆல்பன்ஸ் பள்ளியில் படித்தார் ஹாக்கிங். ஆக்ஸ்போர்டு பல்கலைக்கழகத்தில் இயற்பியல் பாடத்தில் இளங்கலை முடித்தார்.

அண்டவியல் குறித்த ஆராய்ச்சியில் ஆர்வம் காட்டினார். எனவே முதுகலையை கேம்பிரிட்ஜ் பல்கலைக்கழகத்தில் பயின்றார் ஹாக்கிங். நவீன அண்டவியலின் முக்கியமான ஆசிரியரோடு தன் ஆராய்ச்சியைத் தொடர்ந்தார்.

அப்போதுதான் ஹாக்கிங் தசை சிதைவு நோய்க்கு உள்ளானார். ஒவ்வொரு உறுப்பாகச் சிதைத்து அசையவிடாமல் செய்தது. மருத்துவர்கள் ஹாக்கிங்கிற்கு இரண்டு ஆண்டுகள் ஆயுள்காலம்

நிர்ணயித்தனர். உறுப்புகள் செயலிழந்தாலும் மூளை நன்றாகச் செயல்படுகிறதே என்றாராம் ஹாக்கிங். அந்த அளவுக்குத் தன்னம்பிக்கையும் மூளை பலமும் உள்ளவர். 1966-இல் கருந்துளை குறித்த ஆராய்ச்சியில் முனைவர் பட்டம் பெற்றார்.

அண்டவியல் மீதான ஆர்வத்தால் பிரபஞ்ச உருவாக்கத்தில் சிறிய துகள்கள் குறித்து ஆராய்ந்தார். பெருவெடிப்புக் கொள்கையை ரோஜர் பென்ரோஸ் உடன் இணைந்து ஆராய்ச்சி செய்தார். எலெக்ட்ரான், புரோட்டான், நியூட்ரான் போன்ற துகள்கள் இணைந்து அணுவை உருவாக்குகின்றன. நம்மைச் சுற்றி இருக்கும் பொருள்கள் அனைத்தும் இந்த மூன்று துகள்களின் இணைப்பு. அந்த மூன்று துகள்களையும் இணைக்கும் ஒட்டுப்பொருள் எது எனக் கண்டறிந்துவிட்டால் பிரபஞ்ச ரகசியத்தை அவிழ்த்துவிடலாம் என நினைத்தார் ஹாக்கிங்.

அதற்காக CERN என்கிற அணு ஆராய்ச்சிக் கூடத்தை அமைத்தனர். அங்கு புகழ்பெற்ற விஞ்ஞானிகள் பலரும் இணைந்து ஆராய்ச்சி செய்தனர். CERN-இல் அணுக்களை வேகமாக மோதவிட்டு பெருவெடிப்பை நிகழ்த்தினர்.

அணுக்களின் ஒட்டுப்பொருள் என்ன என்று கண்டுபிடித்தனர். அது 12 துகள்களின் சேர்க்கை. அதில் 12வது துகளைக் கடவுள் துகள் என்றழைத்தனர். ஹாக்கிங் அந்தக் கடவுள் துகளின் ஆபத்தைச் சுட்டிக்காட்டினார். அது அதிக எலெக்ட்ரான் வோல்ட்டில் அதிநிலைத்தன்மை பெற்றால் பிரபஞ்சம் அழியும் என்று எச்சரிக்கை செய்தார்.

மீண்டும் கருந்துளை ஆராய்ச்சியில் ஈடுபட்டார் ஹாக்கிங். உள்ளே நடக்கும் எதையும் வெளியிலிருந்து பார்க்க முடியாது என்பதால் அதன்பெயர் கருந்துளை. கருந்துளைக்குள் மின்காந்த அலைகள், ஒளி என எதைச் செலுத்தினாலும் வெளியே வராது. அதிக ஈர்ப்பு சக்தி கொண்டதால் இழுத்து வைத்துக்கொள்ளும் என்பது முந்தைய ஆராய்ச்சியின் முடிவு. ஆனால் ஹாக்கிங்ஸின் ஆராய்ச்சி முடிவு வேறானது.

1970-இல் கருந்துளையிலிருந்து ஒருவித வெப்ப ஆற்றல் வெளியேறுகிறது. அதனால் காலப்போக்கில் கருந்துளைகள் கரைந்து காணாமல் போகும் என்றார். ஹாக்கிங்கின் இந்தக்

கண்டுபிடிப்பைப் பாராட்ட கருந்துளையிலிருந்து வெளிவரும் கதிர்வீச்சிற்கு 'ஹாக்கிங் கதிர்வீச்சு' என்று பெயரிட்டனர்.

கருந்துளை பற்றி 'பிளாக் ஹோல்ஸ் அண்டு பேபி யுனிவர்ஸ்' என்கிற புத்தகத்தை எழுதினார். உலகப் புகழ்பெற்றார்.

1974-இல் ராயல் கழகத்தின் உறுப்பினரானார். கேம்பிரிட்ஜ் பல்கலைக்கழகத்தில் கணிதத்தில் லூகாசியன் பேராசிரியர் பொறுப்பில் 30 ஆண்டுகள் இருந்தார். ஹாக்கிங்கின் ஆராய்ச்சிகள் ஒருபுறம் தொடர மறுபுறம் நோயின் தாக்கம் அதிகரித்தது. உடலுறுப்புகள் செயலிழந்தன. 1985இல் நிமோனியா தாக்கியது. அதன் சிகிச்சையில் தன் பலமான பேசும் திறனை இழந்தார் ஹாக்கிங். கன்னச்சதை அசைவின் மூலம் பேசும் கருவியைக் கண்டறிந்து பொருத்தினர்.

சக்கர நாற்காலியில் அமர்ந்துகொண்டே, காலங்களைக் கடந்து பயணம் செய்யும் ஆராய்ச்சியில் ஈடுபட்டார். விரிவடைந்து கொண்டிருக்கும் பிரபஞ்சம் ஒரு கட்டத்தில் சுருங்கும். அப்போது காலம் பின்னோக்கி நகரும் என்றார். 'எ பிரீஃப் ஹிஸ்டரி ஆஃப் டைம்' என்கிற புத்தகம் உலகப் புகழ்பெற்றது. விற்பனையிலும் சாதனை படைத்தது. அந்தப் புத்தகத்தை வைத்தே காலத்தால் பின்னோக்கி நகரும் அறிவியல் புனைகதைகள் உருவாகின.

ஹாக்கிங்கின் சுயசரிதையான 'மை பிரீஃப் ஹிஸ்டரி' என்கிற நூலும் உலகப் புகழ்பெற்றது. ஹாக்கிங்கை மரணம் ஒவ்வொரு நொடியும் துரத்தியது. 77 ஆண்டுகள் மனச்சோர்வின்றி ஈடுபாட்டோடு வாழ்ந்தார். வாழ்க்கை எவ்வளவு கடினமாக இருந்தாலும் அதில் வெற்றிக்கான வழியும் இருக்கிறது என்பதை வாழ்ந்துகாட்டிய ஹாக்கிங், 2018, மார்ச் 14 அன்று மறைந்தார்.

ஆண்டனி வான் லீவன்ஹோக் – 21

நுண்ணுயிரியலின் தந்தை. நுண்ணோக்கிகளை உருவாக்கியவர். பாக்டீரியா, புரோட்டோசோவாவை முதலில் கவனித்தவர் போன்ற சாதனைகளுக்கு உரிய ஆண்டனி வான் லீவன்ஹோக். இவர் விஞ்ஞானி அல்ல, வியாபாரி.

லீவன்ஹோக் நெதர்லாந்தில் டெல்ஃப்ட் நகரில் 1632 அக்டோபர் 24 அன்று பிறந்தார். தந்தையின் மரணம், குடும்பப் பொறுப்பு காரணமாக லீவன்ஹோக்கால் அதிகம் படிக்க முடியவில்லை. ஆம்ஸ்டர்டாமில் ஒரு துணி வணிகரிடம் சேர்ந்தார். தொழில் நுணுக்கங்களைக் கற்றுத் தேர்ந்தார். அங்குதான் முதன்முதலாக நூலின் தரத்தைப் பிரித்து அறிய பூதக்கண்ணாடிகளைப் பார்த்தார்.

20ஆம் வயதில் லீவன்ஹோக் சுயமாக ஜவுளித் தொழில் தொடங்கினார். அதில் வெற்றியும் பெற்றார். 1660-இல் ஊர்த்தலைவருக்குக் காரியஸ்தராக நியமிக்கப்பட்டார்.

1669-இல் நில அளவையர் ஆனார். தொழில், வேலை இரண்டிலும் நல்ல வருமானம் கிடைத்தது. அதன் பிறகே லீவன்ஹோக் நுண்ணோக்கிகளின் மீது கவனத்தைத் திருப்பினார். பலவிதமான நுண்ணோக்கிகளை உருவாக்கிப் பார்த்தார்.

அந்த நுண்ணோக்கி மூலம் மழைநீர், குளத்து நீர், கிணற்று நீர், உமிழ்நீர், போன்றவற்றை உற்றுநோக்கினார். அவற்றில் நுண்ணுயிரிகள் இருப்பதைக் கண்டறிந்தார் லீவன்ஹோக். அப்போது நுண்ணுயிரி என்கிற வார்த்தை புழக்கத்தில் இல்லை. எனவே அவற்றிற்கு அனிமல்க்யூல்ஸ் (சிறிய விலங்கு) என்று பெயரிட்டார். அவற்றின் அளவைக் கணக்கிட்டுக் குறித்துக்கொண்டார். இது பற்றி 1673இல் ராயல் கழகத்திற்கு எழுதினார். அதன் பிறகே நுண்ணுயிரியலின் தந்தை ஆனார் ஆண்டனி வான் லீவன்ஹோக்.

விஞ்ஞானிகளைப் போல் முறையான அறிவியல் ஆராய்ச்சிகளைச் செய்யவில்லை. ஆனால், அவருடைய அனுமானங்கள் அனைத்தும் சரியாக இருந்தன. அதனால்தான் பாக்டீரியாவையும் புரோட்டோசோவாவையும் கண்டறிந்தார்.

1683-இல் பாக்டீரியாக்கள் மூன்று வடிவங்களில் இருப்பதாக ராயல் கழகத்திற்குத் தெரியப்படுத்தினார். சிறுவயதிலேயே வரையும் திறனைப் பெற்றிருந்தார். எனவே தாம் கண்டறிந்த எல்லாவற்றையும் எழுத்தோடு படங்களாகவும் வரைந்து அனுப்பி வைத்தார்.

தேனீ, பேன், பூஞ்சை போன்றவற்றைப் பற்றியும் ராயல் கழகத்திற்கு எழுதினார். மரம் செடிகொடிகளின் கட்டமைப்பைப் பார்த்தார். தாவர உடற்கூறியலுக்கு அடித்தளம் அமைத்தார் லீவன்ஹோக்.

எறும்புகள், மீன்களின் முட்டைகள் குறித்து ஆராய்ச்சி செய்தார். ஈஸ்ட்கள் நுண்ணிய கோளத் துகள்களாக இருப்பதைக் கவனித்தார். விலங்குகளின் ரத்த அணுக்கள், பறவைகள், பாலூட்டிகளின் விந்தணுக்களை விவரித்தார். ரத்தச் சிவப்பணுக்களால் செல் கோட்பாட்டின் வரலாற்றிலும் பங்கேற்றார் லீவன்ஹோக்.

தம் வாழ்நாள் வரை ராயல் கழகத்தின் உறுப்பினராக இருந்தார். லீவன்ஹோக்கின் படைப்புகள் இரண்டு தொகுப்புகளாக டச்சு மொழியிலும் லத்தீன் மொழியிலும் வெளிவந்துள்ளன. 500க்கும்

மேற்பட்ட நுண்ணோக்கிகளைப் பயன்படுத்தி ஆராய்ச்சிகளை மேற்கொண்டார். அவை ஒரு பொருளை 270 மடங்குக்கு மேல் பெரிதாகக் காட்டும் திறன் பெற்றவையாக இருந்தன.

உதவியாளர்கள் என்று யாரையும் வைத்துக்கொள்ளாததால் லீவன்ஹோக்கின் நுண்ணோக்கி ரகசியம் நுண்ணுயிரிகளைப் போலவே பொதுப் பார்வைக்குத் தெரியாமல் போனது. 90 வயது வரை ஆராய்ச்சியிலேயே வாழ்ந்த லீவன்ஹோக், 1723 ஆகஸ்ட் 26 அன்று மறைந்தார்.

எட்மண்ட் ஹாலி – 22

எட்மண்ட் ஹாலி இயற்பியலாளர், வானியலாளர், கணிதவியலாளர், ஹாலி வால்மீனைக் கண்டறிந்தவர். ஐசக் நியூட்டனின் பிரின்சிபியா என்கிற புத்தகம் வெளிவர பெரும்பங்கு ஆற்றியவர்.

நவம்பர் 8, 1656-இல் லண்டனில் பிறந்தார் எட்மண்ட் ஹாலி. லண்டன் செயிண்ட்பால் பள்ளியில் படித்தார். கணிதத்தை ஆர்வத்தோடு பயின்றார். கூடுதலாக லத்தீன், பிரெஞ்சு மொழிகளையும் கற்றார்.

1673-இல் ஆக்ஸ்போர்டில் உள்ள குயின்ஸ் கல்லூரியில் சேர்ந்தார். அப்போது வானியல் துறை பிரபலமாக இருந்தது. எனவே அத்துறையைத் தேர்ந்தெடுத்துப் படித்தார் ஹாலி. கணிதம் நன்றாக வரும் என்பதால் வானியலில் கணக்கீடுகளைப் பயன்படுத்தி

கட்டுரைகளை எழுதி வெளியிட்டார். சூரியக் குடும்பம் பற்றிய ஹாலியின் கட்டுரைகள் பலராலும் பேசப்பட்டன.

ஆனால், கட்டுரைகள் ராயல் கழகத்தில் வெளிவந்தால் இன்னும் அதிக மக்களைச் சென்றடையும், உரிய அங்கீகாரம் கிடைக்கும் என்றார் ஆசிரியர். ஹாலி தன் தந்தையின் நிதி உதவியால் ஆராய்ச்சிக்கு மிகப் பெரிய நுண்ணோக்கியை வாங்கினார். கோள்கள் ஒரே வேகத்தில் சூரியனைச் சுற்றவில்லை என்பதைக் கண்டறிந்தார். இதைக் கட்டுரையாக எழுதி ராயல் கழகத்துக்கு அனுப்பினார். கட்டுரை வெளியானது.

வடக்கு வானின் வால்மீன்களை ஜான் ஃபிளம்ஸ்டீடு ஆராய்ந்து பட்டியலிட்டார். ஹாலிக்குத் தானும் இப்படிச் செய்ய வேண்டும் என்கிற எண்ணம் வந்தது. தெற்கு வானை ஆராய்ச்சி செய்ய நினைத்தார் ஹாலி. முதுகலைப் பட்டத்திற்கு முன்பாக ஆக்ஸ்போர்டை விட்டு வெளியேறினார். இரண்டாம் சார்லஸ் மன்னரின் உதவியுடனும், தந்தையின் நிதி உதவியுடனும் ஆராய்ச்சி செய்ய தெற்கு அட்லாண்டிக்கின் செயிண்ட் ஹெலினா தீவுக்குச் சென்றார்.

அங்கு நிலவிய மோசமான வானிலையால் முதலில் விரக்தி அடைந்தார். ஆனால், வீடு திரும்பியபோது, 341 நட்சத்திரங்களின் தீர்க்கரேகைகளையும், அட்சரேகைகளையும் பதிவு செய்திருந்தார்.

1678-இல் அந்த நட்சத்திரங்களின் பட்டியலை வெளியிட்டார். இதன் மூலம் தன்னை வானியலாளராக நிலைநிறுத்திக்கொண்டார். ராயல் கழகத்தின் உறுப்பினரானார்.

படிப்பைப் பாதியில் விட்டுச் சென்றதால் கல்லூரி அவரை அனுமதிக்கவில்லை. மன்னரின் பரிந்துரையால் மீண்டும் ஆக்ஸ்போர்டில் சேர்ந்து முதுகலையை முடித்தார்.

ராபர்ட் ஹூக்கும் கிறிஸ்டோபர் ரென்னும் நியூட்டனுடன் சேர்ந்து எந்தச் சக்தியால் சூரியனைக் கோள்கள் சுற்றுகின்றன, அவை ஏன் விண்வெளியில் பறக்கவில்லை, அல்லது சூரியனில் விழவில்லை என்பது போன்றவற்றைக் கண்டறியும் முயற்சியில் ஈடுபட்டனர்.

கோள்களின் இயக்கங்களுடன் பொருந்தக்கூடிய ஒரு சுற்றுப்பாதையை அவர்களால் தீர்மானிக்க முடியவில்லை.

அப்போதுதான் ஹாலி நியூட்டனைச் சந்தித்தார். சுற்றுப்பாதை நீள்வட்டப் பாதை என்பதை நிரூபிக்கக் கணக்கீடுகள் சரியாக இல்லை. அதிகமான தரவுகளை அர்த்தமுள்ள வரிசையில் குறைத்தார் ஹாலி. நியூட்டனுக்கும் ஹாலிக்கும் நெருக்கமான நட்பு ஏற்பட்டது. நியூட்டனின் படைப்புகளை ஹாலி வெளிக்கொண்டுவரும் முயற்சியில் ஈடுபட்டார். ராயல் கழகத்தின் உறுப்பினராக இருந்த ஹாலி அதன் செயலாளர் ஆனார். தன் கட்டுரைகள் ராயல் கழகத்தில் வந்தால் போதும் என்று இருந்த ஹாலி, படிப்படியாக வளர்ந்து அதன் செயலாளராக உயர்ந்தார்.

1704-இல் ஆக்ஸ்போர்டில் பேராசிரியராக நியமிக்கப்பட்டார் ஹாலி. 1705-இல் ஹாலி 24 வால்மீன்கள் சுற்றுப்பாதைகளின் பட்டியலை வெளியிட்டார். 1531, 1607, 1682ஆம் ஆண்டுகளில் காணப்பட்ட வால்மீன்கள் ஒத்த சுற்றுப்பாதைகளைக் கொண்டிருப்பதைக் கண்டறிந்தார். ஒருமுறை 75 ஆண்டுகள் கழித்து வருவதாகவும், அடுத்த முறை 76 ஆண்டுகள் கழித்து திரும்புவதாகவும் ஹாலி கணக்கிட்டார்.

மீண்டும் 76 ஆண்டுகள் கழித்து 1758இல் வரும். அப்போது நான் உயிருடன் இருக்க மாட்டேன் என்றார் ஹாலி. ஜனவரி 14, 1742-இல் ஹாலி மறைந்தார். அவர் சொன்னதுபோல் 16 ஆண்டுகள் கழித்து 1758-இல் அந்த வால்மீன் தோன்றியது. ஹாலி கண்டறிந்தது என்பதால் அவர் நினைவாக அதற்கு, ‘ஹாலி வால்மீன்’ எனப் பெயரிட்டனர். அதைத் தொடர்ந்து வந்த ஒவ்வொரு 75, 76 ஆண்டுகளுக்கு ஒருமுறை அந்த வால்மீன் பூமிக்கு மிக அருகில் வருகிறது.

ஜோசப் லிஸ்டர் – 23

அறுவைச் சிகிச்சை செய்த பகுதியில் 'செப்டிக் பாய்சனிங்' என்கிற விஷம் ஏற்பட்டு உடல் முழுவதும் பரவும். அதில் பாதிப் பேர் உயிர் இழப்பர், மீதிப் பேர் உயிர்பிழைப்பர். உயிர் வாய்ப்பைக் கருதி மருத்துவ உலகம் அறுவைச் சிகிச்சையைத் தொடர்ந்து செய்தது.

ஒரு மருத்துவர் மட்டும் அத்தனை நோயாளிகளும் உயிர்பிழைக்க வேண்டும் என்று நினைத்தார். அதற்காக தாம் செய்த விடாமுயற்சியால் வெற்றி பெற்றார். அவர், 'நவீன அறுவைச் சிகிச்சையின் தந்தை' என்று கொண்டாடப்படுபவர் நோய் நுண்மத் தடை (ஆண்டிசெப்டிக்) மருத்துவத்தின் முன்னோடியான ஜோசப் லிஸ்டர்.

லிஸ்டர் 1827, ஏப்ரல் 5-இல் இங்கிலாந்தில் பிறந்தார். பள்ளிப் படிப்பின்போதே அறிவியலுக்கு முக்கியத்துவம் கொடுத்தார். நோயால் துயரமடையும் மக்களைக் கண்டு வருந்தினார். மருத்துவராக வேண்டும் என்று நினைத்தார். குறிப்பாக அறுவைச் சிகிச்சை நிபுணராவதில் ஆர்வம் இருந்தது.

நினைத்தது போல் மருத்துவர் பட்டம் பெற்றார். தாம் விரும்பிய அறுவைச் சிகிச்சைத் துறையில் சிறப்பாகத் தேர்ச்சி பெற்றார். 1853-இல் அறுவைச் சிகிச்சை நிபுணரும், தமது ஆசிரியருமான ஜேம்ஸ் சிம்மியிடம் உதவியாளராகச் சேர்ந்தார்.

1861-இல் அவர் கிளாஸ்கோ மருத்துவமனையின் அறுவைச் சிகிச்சைப் பிரிவுக்கு மருத்துவரானார். அங்குதான் நோயாளிகளின் இறப்பைக் கவனித்தார். தான் அறுவைச் சிகிச்சை செய்த ஒருவர் இறந்தால் அது தன்னுடைய தோல்வி என வருந்தினார்.

அப்போதுதான் லூயி பாஸ்டரின் கட்டுரையைப் படித்தார். பொருள்களைப் புளிக்கச் செய்யும் உயிருள்ள கிருமிகள் காற்றில் இருக்கின்றன. அந்தக் கிருமிகளால்தான் காயங்களில் விஷம் பரவுகிறது என்பதை அறிந்தார். அதற்கான விஷமுறிவு மருந்தைக் கண்டறிய முயற்சி செய்தார்.

கார்போலிக் அமிலம் கலந்த ஒரு திரவத்தை நோயாளியின் மீது பயன்படுத்திப் பார்த்தார். ஆனால் அந்த நோயாளி இறந்தார். மனம் தளர்ந்த லிஸ்டரை, அவருடைய மனைவி ஆக்னஸ் சிம் ஊக்கப்படுத்தினார். அது தண்ணீர் பட்டுக் கரைந்திருக்கும் மீண்டும் முயற்சி செய்யுங்கள் என்றார்.

1877-இல் கிங்ஸ் கல்லூரியில் அறுவைச் சிகிச்சைத் துறைத் தலைவரானார். அங்கு முழங்கால் முறிந்த 11 வயதுச் சிறுவனுக்குக் கம்பி மூலம் இணைக்கும் அறுவைச் சிகிச்சையைச் செய்தார். தந்தை இல்லை, தாயையும் தனக்குப் பிறகு பிறந்தவர்களையும் தான்தான் காப்பாற்ற வேண்டும், அதனால் உயிர்பிழைக்க வைக்கும்படி அந்தச் சிறுவன் வேண்டினான்.

கார்போலிக் அமிலத்தில் நனைத்த துணியைக் கொண்டு அறுவை காயத்திற்குக் கட்டுப்போட்டார். நான்காவது நாள் கட்டைப் பிரித்துப் பார்த்தபோது சீழ் பிடிக்காமல் காயம் ஆறி

இருந்தது. ரணங்கள் அழுகி விஷமாவதைத் தடுக்க முடியும் என்கிற லிஸ்டரின் கண்டறிதலை மருத்துவ உலகம் பெரிதாகக் கொண்டாடவில்லை.

பாராட்டை எதிர்பார்க்காத லிஸ்டர், மருத்துவமனையில் சில மாற்றங்களைக் கொண்டுவந்தார். சிகிச்சையின்போது கிருமிகள் நுழையக் கூடாது என்பதே அவருடைய கொள்கை. வார்டிலும் அறுவைச் சிகிச்சை அறையிலும் கார்போலிக் அமிலத்தைப் பயன்படுத்தி காற்றைத் தூய்மை செய்தார். மருத்துவக் கருவிகளைக் கிருமி நீக்கம் செய்தார்.

எந்த மருத்துவரும் லிஸ்டரின் கொள்கைகளை ஏற்கவில்லை. மாணவர்களும் லிஸ்டரைக் கண்டால் கிருமி வருகிறது என்று கேலி பேசினர். மருத்துவப் பத்திரிகைகள் லிஸ்டரைப் பொய்யர் என்றன. ஆனால் லிஸ்டரின் கட்டுப்பாட்டில் இருந்த வார்டில் இறப்பு விகிதத்தைக் கணிசமாகக் குறைத்துக்காட்டினார். உயிர்பிழைத்தவர்கள் மனதார வாழ்த்தினர்.

லிஸ்டரின் முறைகளைக் கேலி செய்த ஜான் உட் என்ற மருத்துவருக்கு லிஸ்டர் சிகிச்சை அளித்து அவரைப் பிழைக்க வைத்தார். அடுத்த 5 ஆண்டுகள் ஜான் உட்டும் லிஸ்டரும் இணைந்து ஆராய்ச்சி செய்தனர். மருத்துவ முறையில் மேலும் முன்னேற்றத்தைக் கொண்டுவந்தனர்.

இங்கிலாந்தின் பெருமைக்குரிய சில பட்டங்களைப் பெற்றார் லிஸ்டர். அவருடைய கட்டுரைகளை இரண்டு தொகுதிகளாகத் தொகுத்து வெளியிட்டனர். உலக நோயாளிகளுக்கு மரண பயத்தைப் போக்கிய லிஸ்டர், தம் 85 வயதில் 1912, பிப்ரவரி 10 அன்று மறைந்தார்.

கார்ல் லின்னாயே – 24

தாவரவியலாளர். விலங்கியலாளர். மருத்துவர். உயிரினங்களைப் பற்றி ஆய்வு செய்த முன்னோடி அறிவியலாளர். 'நவீன வகைப்பாட்டியலின் தந்தை' என அழைக்கப்பட்டவர் கார்ல் லின்னாயே. உயிரினங்களைப் பற்றி ஆய்வு செய்து துல்லியமான வகைப்பாட்டை நிறுவினார். உயிரினங்களுக்கு இரட்டைப் பெயரிடுதல் முறையை அறிமுகப்படுத்தினார்.

1707, மே 23 அன்று ஸ்வீடன் நாட்டில் பிறந்தார் கார்ல் லின்னாயே. இவரின் தந்தை தாவரவியலாளர் என்பதால் வீட்டைச் சுற்றித் தாவரங்கள் ஏராளமாக வளர்க்கப்பட்டன. அதனால் லின்னாயேக்கும் தாவரங்கள் மீது ஈடுபாடுவந்தது. இவரின் ஆர்வத்தைக் கண்ட தந்தை, லின்னாயேயை ஊக்குவித்தார். 10 வயதில் பள்ளிக்குச் சென்றார். அங்கும் தாவரவியலில் ஆர்வம் காட்டினார். ஓர் ஆசிரியர் மருத்துவம் படிக்கப் பரிந்துரைத்தார்.

அதை ஏற்றுக்கொண்ட தந்தை, தனிப்பட்ட முறையில் உடலியல், தாவரவியல் படிக்க ஏற்பாடு செய்தார்.

1727-இல் லண்ட் பல்கலைக்கழகத்தில் மருத்துவப் படிப்பில் சேர்ந்தார். உப்சாலா பல்கலைக்கழகத்தில் தாவரவியல் பயின்றார். அதே உப்சாலாவில் தாவரவியல் விரிவுரையாளரானார். உப்சாலா பல்கலைக்கழகம் லின்னாயேவைத் தாவர ஆராய்ச்சிக்காக லாப்லாந்திற்கு அனுப்பியது. திரும்பி வந்து லின்னாயே ஆற்றிய உரையும், தாவர வகைப்பாட்டை மேம்படுத்துவது குறித்து எழுதிய கட்டுரைகளும் பிரபலமாகின. அதுவே அவருக்கு அடுத்த பயணத்திற்கு நிதி திரட்டிக் கொடுத்தது.

1734-இல் இரண்டாவது பயணம் மேற்கொண்டார். அப்போது தாவரங்கள் மட்டுமல்ல விலங்குகள், பறவைகள் அவற்றைச் சூழ்ந்த புவியியல் குறித்தும் ஆராய்ந்தார். பல புதிய வகை தாவரங்களைத் தேடிக் கண்டடைந்தார்.

பாலியல் அமைப்பு ரீதியாக விலங்குகளை வகைப்படுத்தினார். ஒரே களம், பிரிவு, வகுப்பு, வரிசை, குடும்பம், இனம் எனப் பிரித்துப் பெயரிட்டார். பெயர்களில் குழப்பம் வராமலிருக்க விலங்குகள், தாவரங்களுக்கு இரண்டு பகுதியாகப் பெயரிடும் முறையைத் தொடங்கினார். அவற்றைப் புத்தகமாக வெளியிட்டார். 'சிஸ்டமா நேச்சுரே' என்கிற புத்தகம் மூலம் லின்னாயே அறிவியல் உலகில் தன் பெயரை நிலைநாட்டினார்.

தாவரங்களின் இனப்பெருக்கம் குறித்து ஆராய்ந்தார். ஒவ்வொரு தாவரத்திற்கும் ஆண், பெண் இனப்பெருக்க உறுப்புகள் தனித்தனியாக இருக்கும் என்று நம்பினார். 'ஃபண்டமென்டா பொட்டானிகா' என்கிற புத்தகத்தை 1736-இல் எழுதினார். பூ, பழத்தின் உருவ விளக்கங்களை அடிப்படையாக வைத்து 'ஜெனிரா பிளாண்டாரம்' என்கிற புத்தகத்தை 1737-இல் எழுதினார்.

இங்கிலாந்து, பிரான்ஸ் போன்ற நாடுகளுக்குச் சென்று அங்குள்ள மாதிரிகளைச் சேகரித்தார். அறிவியலாளர்களோடு உரையாடினார். தொடர்ந்து வகைப்பாட்டு முறையிலும், பெயரிடும் உத்தியிலும் தன்னை மேம்படுத்திக்கொண்டே இருந்தார். 'சிஸ்டம் ஆஃப் நேச்சர்' என்கிற நூல் பெரும் பரபரப்பை ஏற்படுத்தியது.

1738-இல் லின்னாயே ஸ்வீடன் திரும்பினார். நெதர்லாந்தின் நிதி உதவியால் மருத்துவப் படிப்பைத் தொடர்ந்து படித்தார். பட்டம்

பெற்று மருத்துவப் பயிற்சியில் ஈடுபட்டார். ஆனால், மனம் முழுவதும் தாவரத்தைச் சூழ்ந்ததால் உப்சாலா பல்கலைக்கழகத்தில் தாவரவியல், மருத்துவம் இரண்டுக்கும் பேராசிரியரானார். அதன்பிறகு ஆராய்ச்சிக்காகப் பயணங்கள் மேற்கொள்ளவில்லை.

உப்சாலாவில் தாவரவியல் சுற்றுலாக்களை ஏற்பாடு செய்தார். தாவரங்களைச் சேகரிக்க உலகம் முழுவதும் மாணவர்களை அனுப்பினார். அந்த வலை அமைப்பிற்கு லின்னாயே அப்போஸ்தலர்கள் என்று பெயர் வைத்தார். அவர்கள் சேகரித்து அனுப்பிய விதைகள், தாவரங்களின் மாதிரிகளை உப்சாலாவின் தாவரவியல் பூங்காவில் வைத்து வளர்த்தார். ஆராய்ச்சி செய்து எழுதினார்.

லின்னாயேவின் நூல்கள் அனைத்து ஐரோப்பிய மொழிகளிலும் மொழிபெயர்க்கப்பட்டன. ஓகனாமியா நேச்சுரே (1749), பொலிட்டியே நேச்சுரே (1760) ஆகிய இரண்டு நூல்களும் லின்னாயேக்கு மிகப் பெரிய செல்வாக்கைப் பெற்றுத் தந்தன.

1753-இல் 1,200 பக்கங்கள் கொண்ட ‘பிளாண்ட் ஸ்பீசிஸ்’ என்கிற நூலை 2 தொகுதிகளாக வெளியிட்டார். இதுதான் லின்னாயே எழுதியதில் முதன்மையான நூல். அவ்வளவு தாவரங்களையும் வரிசைப்படுத்தி, வகைப்படுத்தி, பொருத்தமான பெயரையும் சூட்டியிருந்தார். விலங்கு, பறவை, மீன் எனச் சுமார் 13 ஆயிரம் உயிரினங்களுக்குப் பெயரிட்டார்.

ஸ்வீடனின் ராயல் அறிவியல் கழகத்தை நிறுவி அதன் முதல் தலைவராகவும் பொறுப்பேற்றார். 1761-இல் ஸ்வீடிஷ் அரசு சர் பட்டம் வழங்கியது. 1766-இல் உப்சாலாவில் ஏற்பட்ட தீ விபத்தில் அவருடைய சேகரிப்புகள் பெரும்பாலும் அழிந்தன. அதன் பிறகு ஒரு மலையில் அருங்காட்சியகத்தை நிறுவினார்.

பக்கவாதத்தால் முடங்கிய கார்ல் லின்னாயே, 1778, ஜனவரி 10 அன்று மறைந்தார்.

எர்னஸ்ட் ரூதர்ஃபோர்டு – 25

உலகப் புகழ்பெற்ற அணு இயல் விஞ்ஞானி ரூதர்ஃபோர்டு. அணுவை ஆய்வு செய்ததோடு அணுவைப் பிளக்கவும் முடியும் என்கிற கருதுகோளுக்கும் வித்திட்டவர்.

1871, ஆகஸ்ட் 30 அன்று நியூசிலாந்தில் பிறந்தார். பன்னிரண்டு பிள்ளைகளில் நான்காவது குழந்தை இவர். எளிய விவசாயக் குடும்பம். ரூதர்ஃபோர்டு அரசுப் பள்ளிகளில் ஆரம்பக் கல்வியைப் பயின்றார். அம்மா ஆசிரியராக இருந்ததால், கல்வியின் முக்கியத்துவத்தைச் சொல்லிக்கொடுத்து வளர்த்தார். ரூதர்ஃபோர்டுக்கும் படிப்பின் மீது அதிக ஆர்வம் இருந்தது.

10 வயதில் அறிவியல் புத்தகம் ஒன்றைப் படித்தார். அதில் இருந்தபடி பரிசோதனைகள் செய்து பார்த்தார். இதைக் கண்ட பெற்றோர் ரூதர்ஃபோர்டு குறித்துப் பெருமிதம் கொண்டனர்.

நெல்சன் கல்லூரியில் சேர்ந்தார். அவர்கள் படிக்க உதவித்தொகை வழங்கினர். அடுத்து நியூசிலாந்து பல்கலைக்கழகத்தில் சேர்ந்தார். 1893-இல் கணிதம், இயற்பியலில் முதுகலைப் பட்டம் பெற்றார். அதே கல்லூரியில் ஆராய்ச்சிப் பணியில் ஈடுபட்டார். மின்காந்த அலைகளின் சோதனையில் ஈடுபட்டார்.

தொடர்ந்து ஆராய்ச்சி செய்ய இங்கிலாந்தின் கேம்பிரிட்ஜ் பல்கலைக்கழகம் ரூதர்ஃபோர்டுக்கு உதவியது. கேம்பிரிட்ஜின் டிரினிட்டி கல்லூரியில் கேவெண்டிஷ் ஆய்வகத்தில் ஜே.ஜே. தாம்சனின் கீழ் ஆராய்ச்சி மாணவராகச் சேர்ந்தார் ரூதர்ஃபோர்டு. அவரின் திறமைகளை தாம்சன் விரைவாக அடையாளம் கண்டுகொண்டார். 1897-இல் ரூதர்ஃபோர்டு டிரினிட்டி கல்லூரியில் ஆய்வுப் பட்டத்தை முடித்தார்.

1898-இல் யுரேனியம் கதிர்வீச்சில் ஆல்பா, பீட்டா கதிர்கள் இருப்பதையும் அவற்றின் பண்புகளையும் கண்டறிந்தார். காமா கதிர்களையும் கண்டறிந்தார். மின்காந்த அலைகளைக் கண்டறியும் கருவி உள்பட பல கருவிகளை உருவாக்கினார். ரூதர்ஃபோர்டின் திறமையை அறிந்த கனடா, தங்கள் பல்கலைக்கழகத்தில் ஓர் இயற்பியல் மேடையை ஒதுக்கிக்கொடுத்தது. பல ஆய்வுக் கட்டுரைகளைத் தொடர்ந்து எழுதினார்.

9 ஆண்டுகள் கழித்து மீண்டும் இங்கிலாந்து திரும்பினார் ரூதர்ஃபோர்டு. மான்செஸ்டர் பல்கலைக்கழகத்தில் இயற்பியல் பேராசிரியராகப் பொறுப்பேற்றார். கதிரியக்கத் தனிமங்கள் குறித்த ஆய்வுகள் மற்றும் தனிமங்களில் ஏற்படும் கதிரியக்கச் சிதைவு குறித்த கண்டுபிடிப்புகளுக்காக 1908-இல் வேதியியலுக்கான நோபல் பரிசு பெற்றார் ரூதர்ஃபோர்டு.

நோபல் வழங்கப்பட்ட இரண்டு ஆண்டுகளில் அடுத்த முக்கியமான கண்டறிதலை நிகழ்த்தினார். எப்படி சூரியனை மையமாக வைத்து கோள்கள் சுற்றுகின்றனவோ அதேபோல் அணுவின் அனைத்து நேர்மின்னூட்டமும் மையத்தில் ஒரு சிறிய இடத்தில் குவிந்துள்ளது என்றார். அணுவின் தன்மையில் அதுவரை அறியப்படாத செய்தி அது.

1919-இல் அழியாப் புகழ் கிடைத்தது. ஜே.ஜே. தாம்சனுக்குப் பிறகு கேம்பிரிட்ஜில் கேவெண்டிஷ் இயற்பியல் பேராசிரியர் பதவியை

ஏற்றார் ரூதர்ஃபோர்டு. அறிவியல், தொழில்துறை ஆராய்ச்சியின் ஆலோசனைக் குழு தலைவரானார்.

1903-இல் ராயல் கழகத்தின் உறுப்பினரானவர். 1925 முதல் 1930 வரை அதன் தலைவராகவும் பணியாற்றினார். மேலும் ராயல் கழகத்தின் உயர்ந்த ரம்ஃபோர்ட் பதக்கத்தை 1905-இல் பெற்றார்.

கதிரியக்கத்தன்மை, கதிரியக்க மாற்றங்கள் போன்ற புத்தகங்களை எழுதினார். பல விருதுகளையும் வாங்கினார். நைட் பட்டம், ஆர்டர் ஆஃப் மெரிட் போன்ற முக்கியப் பட்டங்களைப் பெற்றார். ஸ்வீடன், கனடா, ரஷ்யா, நியூசிலாந்து ஆகிய நான்கு நாடுகள் ரூதர்ஃபோர்டின் உருவம் பொறித்த தபால்தலையை வெளியிட்டன.

'அணுக் கரு இயற்பியலின் தந்தை' என்று போற்றப்பட்ட ரூதர் ஃபோர்டு, 1937, அக்டோபர் 19 அன்று 66ஆம் வயதில் மறைந்தார். புகழ்பெற்ற இங்கிலாந்து விஞ்ஞானிகளான ஐசக் நியூட்டன், சார்லஸ் டார்வின் ஆகியோரின் கல்லறைக்கு அருகில் ரூதர் ஃபோர்டின் உடல் அடக்கம் செய்யப்பட்டது.

ஜெ.ஜெ.தாம்சன் – 26

எலக்ட்ரானைக் கண்டறிந்தவர். அணு அமைப்பில் ஓர் அறிவியல் புரட்சி தோன்றக் காரணமானவர். 'நவீன அணு இயற்பியலின் தந்தை' என்று போற்றப்படுபவர் ஜெ.ஜெ. தாம்சன்.

1856, டிசம்பர் 18 அன்று இங்கிலாந்தின் மான்செஸ்டரில் பிறந்தார். தந்தை புத்தகக் கடை வைத்திருந்தார். எனவே தாம்சனுக்குக் குழந்தைப் பருவத்திலிருந்தே புத்தகங்கள் படிப்பதில் ஆர்வம் இருந்தது.

14 வயதில் மான்செஸ்டர் பல்கலைக்கழகத்தின் ஓவன்ஸ் கல்லூரியில் சேர்ந்தார். இடையில் தந்தையின் மரணத்தால் படிப்பு தடைபட்டது. மீண்டும் 1876-இல் கேம்பிரிட்ஜின் டிரினிடி கல்லூரியில் பி.ஏ. கணிதம் சேர்ந்தார். 1880-இல் இளங்கலைப் பட்டம் வென்றதோடு சிறப்பாகப் படித்ததற்கான 'ஆதம்ஸ் பரிசை'யும் பெற்றார். 1882-இல் முதுகலைப் பட்டம் பெற்றார்.

ஜேம்ஸ் க்ளர்க் மேக்ஸ்வெல் மின்காந்தம் தொடர்பான ஆய்வுகள் செய்திருப்பதை அறிந்தார். அவர்கள் தங்கள் கணிதத் திறனால் அவற்றிற்குத் தீர்வு கண்டிருப்பதைக் கண்டார். எப்படி ஆய்வு செய்தார்கள் என்பதைக் குறிப்பெடுத்துக் கொண்டார். தானும் அதைச் செய்ய நினைத்தார். மின்சாரமும் காந்தவியலும் ஒன்றோடு மற்றொன்று தொடர்புடையன. ஒன்றில் செய்யும் மாற்றம் மற்றதில் பிரதிபலிப்பதைக் கண்டறிந்தார்.

கேவென்டிஷ் ஆய்வகத்தில் ஆராய்ச்சி செய்து பார்க்க ஆசைப்பட்டார் தாம்சன். 1884-இல் ராயல் கழகத்தின் உறுப்பினரானார். 1888-இல் கேவென்டிஷில் இயற்பியல் பேராசிரியரானார். ஆய்வகத்தின் இயற்பியல் தலைவராகவும் நியமிக்கப்பட்டார். இது தாம்ஸனின் சாதனைக்கு அறிவியல் உலகம் கொடுத்த அங்கீகாரம். 45 வயதிற்கு மேற்பட்டவர்கள் இருக்கும் ஆய்வுக்கூடத்தில் 28 வயது இளைஞராகப் புது வேகத்தோடு செயல்பட்டார் தாம்சன்.

இதற்கிடையே 1886-இல் இயற்பியல், வேதியியல் இரண்டையும் சேர்த்து இயக்கவியலின் தாக்கம் (அப்ளிகேஷன் ஆஃப் தி டைனமிக்ஸ் ஆஃப் பிசிக்ஸ் அண்டு கெமிஸ்ட்ரி) என்கிற ஆய்வுக் கட்டுரையை வெளியிட்டார்.

கேத்தோடு கதிர் குழாய் மூலம் எதிர்மின் விளைவுகள் பற்றிய ஆய்வுகளில் ஈடுபட்டார். எதிர்மின் கதிர்கள் மின்புலத்தால் தாக்கப்படுவதைக் கண்டறிந்தார். அடுத்து எலக்ட்ரானின் மின்னூட்ட நிறை விகிதத்தைக் கண்டறிய முற்பட்டார். எலக்ட்ரானை 'எதிர்மின் துகள்கள்' என்றே குறிப்பிட்டார். பின்னர்தான் எலக்ட்ரான் என்ற பெயர் சூட்டப்பட்டது.

அனைத்து வகையான பொருள்களிலும் எதிர்மின் துகள்கள் உள்ளன என்கிற தாம்சனின் முடிவு அடுத்த மூன்று ஆண்டுகளில் உறுதிப்படுத்தப்பட்டது. மின்சாரவியல், காந்தவியல், ஐசோடோப்புகள் குறித்துப் பல்வேறு ஆராய்ச்சிகளில் ஈடுபட்டார் தாம்சன்.

1897-இல் லண்டன் ராயல் கழகத்தில் நடைபெற்ற மாலைச் சொற்பொழிவின் போது, தாம் கண்டறிந்த மின்னணுத் துகளைப் பற்றி அறிவித்தார். 'வாயுக்களின் வழியே மின்சாரம் கடத்துதல்' என்கிற தலைப்பில் அதனை ஒரு நூலாகவும் வெளியிட்டார்.

அமெரிக்காவின் யேல் பல்கலைக்கழகத்தில் அணுவின் அமைப்பு பற்றிச் சொற்பொழிவாற்றினார்.

1906-இல் வாயுக்களின் மின்கடத்தும் திறன் குறித்த ஆராய்ச்சிக்காக இயற்பியலுக்கான நோபல் பரிசைப் பெற்றார். 1908-இல் இவருக்கு நைட் பட்டம் வழங்கப்பட்டது. 1909-இல் பிரிட்டிஷ் அறிவியல் முன்னேற்ற சங்கத்தின் தலைவரானார் தாம்சன். 1912-இல் ஆர்டர் ஆஃப் மெரிட் விருதைப் பெற்றார்.

தாம்சன் சிறந்த பேராசிரியர். இயற்பியலில் தன்னை வளர்த்துக்கொண்டது போலவே மாணவர்களையும் வளர்த்துவிட்டார். தாம்சனுக்குக் கீழ் பணிபுரிந்தவர்களில் 7 பேர் நோபல் பரிசைப் பெற்றார்கள். 1937-இல் இவருடைய மகன் ஜார்ஜ் பேஜட் தாம்சனும் அதே துறையில் நோபல் பரிசைப் பெற்றார்.

ஜே.எச்.பாய்ண்டிங் என்பவருடன் இணைந்து ஒலி, வெப்பம், ஒளி, மின்-மின்காந்தம் தொடர்பான புத்தகங்களை வெளியிட்டார். மேலும் பல ஆராய்ச்சிக் கட்டுரைகள், ஆராய்ச்சி நூல்களை எழுதினார். விருதுகளும் குவிந்தன. அணுவைப் பற்றிய அடிப்படை உண்மைகளை விளக்கிய ஜெ.ஜெ. தாம்சன், 85 வயதில் 1940, ஆகஸ்ட் 30 அன்று மறைந்தார்.

ஜான் டால்டன் – 27

நவீன அணுக் கோட்பாட்டின் வளர்ச்சிக்கு வித்திட்டவர் ஜான் டால்டன். வேதியியலாளர், இயற்பியலாளர், வானியலாளர் எனப் பல்வேறு துறைகளில் சிறந்தவராகத் திகழ்ந்தவர். அணு எடை குறித்த பட்டியலை முதன்முதலில் வெளியிட்டவரும் இவரே.

1766, செப்டம்பர் *5* அன்று இங்கிலாந்தில் பிறந்தார் டால்டன். இவரின் தந்தை நெசவாளர். ஜான் பிளெட்சர் நடத்திய பள்ளியில் சேர்த்தார். டால்டன் வானியல் கல்வியை எலிஹு ராபின்சன் என்பவரிடம் கற்றுக்கொண்டார். கணிதம், கிரேக்கம், லத்தீன் போன்றவற்றை ஜான் கோஃப் மூலம் அறிந்துகொண்டார். தினசரி வானிலை குறித்த குறிப்புகளை நாள்குறிப்பில் எழுதி வைத்தார். இதை வாழ்நாளின் கடைசி நாள்வரை செய்தார். அந்த அளவிற்கு வானிலை அளவீட்டில் தீவிர ஆர்வம் கொண்டிருந்தார்.

1793-இல் மான்செஸ்டர், நியூ காலேஜ் என்கிற கல்வி நிறுவனத்தில் கணிதம் கற்பிக்கச் சென்றார். அங்குதான் வானிலை ஆராய்ச்சி தொடர்பாகத் தாம் எழுதிய கட்டுரைகளைச் சமர்ப்பித்தார். வளிமண்டலம் தனிமங்களின் கலவை அல்ல. 80 சதவீத நைட்ரஜன், 20 சதவீத ஆக்சிஜனின் கலவை என்கிற கருத்தை ஆதரித்தார்.

டால்டனின் சமகால விஞ்ஞானி ஜான் ஃபிரடெரிக் டேனியர் டால்டனை 'வானிலை அறிவியலின் தந்தை' என்று பாராட்டினார். மான்செஸ்டரில் இலக்கிய, தத்துவ சங்கத்தின் உறுப்பினரானார். அங்கு டால்டன் தனது சகோதரரின் பார்வைக் குறைபாட்டை விவரித்து நிறக்குருடு தொடர்பான ஆய்வுக் கட்டுரையை வெளியிட்டார். மரபணு காரணமாக நிறக்குருடு ஏற்படலாம் என்றார். அதற்கு 'டால்டனிசம்' என்று பெயர்.

பழைய அணுக்கோட்பாட்டை ஆராய்ச்சி செய்தார் டால்டன். ஒரு கலவையில் உள்ள அனைத்துப் பொருள்களின் அணுக்களும் ஒரே மாதிரியானவை அல்ல. ஒவ்வொரு தனிமத்திலும் அணுக்களின் அளவு, நிறை போன்றவை வேறுபடும் என்றார். இந்தக் கூற்றுதான் புதிய அணுக் கோட்பாட்டிற்கு வித்திட்டது. வேதியியல் சேர்மங்களில் இருக்கும் ஒவ்வொரு தனிமத்தின் அணுக்களின் எண்ணிக்கையைக் கருத்தில் கொள்ள வேண்டும் என்றார். டால்டனின் இந்த அணுக் கோட்பாடு அவருக்கு 'வேதியியலின் தந்தை' என்கிற பெயரைப் பெற்றுத் தந்தது.

50 வயதிற்குப் பிறகும் டால்டன் பல்வேறு துறைகளில் ஆராய்ச்சிகளைத் தொடர்ந்து செய்தார். ராயல் கழகத்தின் உறுப்பினரானார். ஆக்ஸ்ஃபோர்டு பல்கலைக்கழகத்தின் கௌரவ பட்டம் பெற்றார். எந்த வேலை செய்தாலும் மாணவர்களுக்குத் தொடர்ந்து கற்பிக்கும் வழக்கத்தைக் கடைப்பிடித்தார். 1844, ஜூலை 27 அன்று 77 வயதில் பக்கவாதத்தால் மறைந்தார்.

நிகோலஸ் கோபர்நிகஸ் – 28

மருத்துவர், நீதிபதி, வானியலாளர், கணிதவியலாளர், மத போதகர் எனப் பல்வேறு துறைகளில் நிபுணராக விளங்கினார் நிகோலஸ் கோபர்நிகஸ். 1473, பிப்ரவரி 19, போலந்து நாட்டில் பிறந்தார். வசதியான வணிகக் குடும்பம். சிறுவயதிலேயே தந்தையை இழந்தார். மாமாவின் பாதுகாப்பில் வளர்ந்தார்.

1491-இல் கிராக்கோ பல்கலைக்கழகத்தில் சேர்ந்தார். அங்குதான் கோபர்நிகஸுக்கு வானியல் அறிமுகமானது. 1494-இல் இத்தாலியின் போலோக்னா பல்கலைக்கழகத்தில் சட்டம் பயின்றார். அங்குதான் அவர் வாழ்வின் திருப்புமுனை நிகழ்ந்தது. அந்தப் பல்கலைக்கழகத்தின் கணிதப் பேராசிரியர் நோவாராவைச் சந்தித்தார். அவர்தான் இத்தாலியின் கணித ஜோதிடர். வருட பலனைக் கணித்துச் சொல்வார். அரண்மனை, இதர முக்கியக் குழுக்களிடம் செல்வாக்குப் பெற்றவர். அவருடன் கோபர்நிகஸ்

தங்கினார். நோவாராவை குருவாக ஏற்றுக்கொண்டார். இருவரும் சேர்ந்து இரவில் வானத்தை ஆராய்ச்சி செய்தனர்.

டாலமியின் புத்தகங்களை நோவாரா அறிமுகம் செய்து வைத்தார். அதில்தான் அரிஸ்டாட்டில் அறிமுகமானார். கோபர்நிகஸ் பல மொழிகளைக் கற்றார். அதனால் வானியல் தொடர்பான பல புத்தகங்களைப் படிக்க அந்த மொழி அறிவு உதவியது.

மாமாவின் விருப்பப்படி கத்தோலிக்க மத போதகரானார். வானியல் மீதான ஆர்வம் குறையாமலிருக்க அந்தப் பதவி உதவியது. கிடைத்த ஓய்வு நேரத்தை ஆராய்ச்சிக்குப் பயன்படுத்தினார். வானத்தைக் கவனித்து அதன் இயக்கத்தைக் குறிப்பெடுத்துக் கொண்டார். நீண்ட ஆய்வின் முடிவில் சூரியனை மையமாக வைத்துதான் மற்ற கோள்கள் சுற்றுகின்றன. அதில் பூமியும் ஒன்று என்கிற முடிவுக்கு வந்தார்.

கோபர்நிகஸின் கருத்தை யாரும் ஏற்கவில்லை. மதவாதிகளும் வானியலாளர்களும் எதிர்த்தனர். ஆனால், ஒரு சில வானியலாளர்கள் கோபர்நிகஸின் கூற்றை அடிப்படையாகக் கொண்டு ஆராய்ந்து பார்த்தனர். கோள்கள் சுற்றிவருவதும், நாம் மையத்திலிருந்து வெகு தொலைவில் இருக்கிறோம் என்பதையும் சரி என்று நிரூபித்தனர்.

சட்டம் படித்ததற்காக போலந்தின் வார்மியாவில் நீதி அரசரானார். அந்தப் பதவியில் இருந்தும் வானியல் ஆராய்ச்சியைத் தொடர்ந்தார். கோள்களின் பின்னோக்கிய இயக்கத்தைக் கண்டறிந்தார். பூமியின் சுழற்சிதான் சூரிய உதயத்திற்கும் மறைவுக்கும் காரணம். நட்சத்திரங்களின் இயக்கத்திற்கும் காரணம் என்றார். பருவங்களின் சுழற்சியும் அதனால்தான் ஏற்படுகிறது என்றார் கோபர்நிகஸ். இறுதியாக சூரிய மண்டலத்தின் மாதிரியையும் கோள்களின் பாதையையும் வகுத்தார்.

'*On the Revolutions of the Heavenly Spheres*' என்கிற ஆறு தொகுதிகள் கொண்ட புத்தகத்தை எழுதினார். புத்தகத்தின் கோட்பாடு அசாதாரணமாக இருந்தாலும், அது வானியலாளர்களின் கணக்கீடுகளுக்கு உதவியாயிருக்கும் என்று ஒரு குறிப்பையும் சேர்த்திருந்தார். அதனால் திருச்சபை புத்தகத்தை வெளியிட்டது. நிகோலஸ் கோபர்நிகஸ் 70-ஆம் வயதில் 1543, மே 24 அன்று பக்கவாதத்தால் மறைந்தார்.

நூலாசிரியர் ஸ்ரீதேவி கண்ணன், அரசு ஊழியர். கடலூர் மாவட்டத்தைச் சேர்ந்தவர். சென்னையில் பணிபுரிகிறார். *சொல் ஒளிர் கானகம்* இவருடைய முதல் நூல். ஐந்து கிண்டில் நூல்களைப் பதிப்பித்துள்ளார். *மெட்ராஸ் பேப்பர்* இணைய வார இதழ், *மல்லிகை மகள்* போன்ற இதழ்களில் தொடர்ந்து எழுதி வருபவர்.